అవతలి గుడిసె

హిందీ సాహిత్యపు మొట్ట మొదటి దళిత నవల

హిందీమూలం:
జయప్రకాశ్ కర్దమ్

అనువాదం:
డా. వి. కృష్ణ

ఛాయ సాంస్కృతిక సంస్థ

AvataliGudise
Novel

Hindi:
JayaprakashKardam

Telugu Translation:
Dr. V. Krishna

First Edition: July 2021
Second Edition: January 2024
Copies: 500

Published By:
Chaaya Resources Centre
103, Haritha Apartments,
A-3, Madhuranagar,
HYDERABAD-500038
Ph: (040)-23742711
Mobile: +91-70931 65151
email: editorchaaya@gmail.com

Publication No.:CRC-29
ISBN No. 978-81-954014-1-3

Cover & Book Design:
Brahmam-BhavanaGrafix
Hyderabad @ 9848254745

For Copies:
All leading Book Shops
https:/amzn.to/3xPaeId
bit.ly/chaayabooks

Rs. 150

అభిప్రాయం

జయ ప్రకాష్ కర్దమ్

ఏ రచయితకైనా తమ పుస్తకం మరో భాషలోకి అనువాదమై ప్రచురితం కావడం సంతోషకరమైన అనుభూతి కలుగుతుంది. తమ భాష ప్రాంతం వెలుపల మరో భాష ప్రాంతాలలో అతని రచనలకు లభించే ఆదరణ మరియు గుర్తింపుకు అది ప్రతీక. 'అవతలి గుడిసె' నవల అనువాదాలు గుజరాతీ, మరాఠీ భాషలలో ముందుగానే ప్రచురితమయ్యాయి . ఇప్పుడు తెలుగు అనువాదం ప్రచురితం కావడం మరో అడుగుముందుకు పడినట్లు అవుతుంది . దళిత సాహిత్య పరిశోధకులు 'అవతలి గుడిసె' మీద పరిశోధనలు చేయడమో లేదా 'అవతలి గుడిసె' ని తమ పరిశోధన అంశం గా స్వీకరించడమో జరిగింది. 'అవతలి గుడిసె' నవల మీద ఒక విశ్లేశనాత్మకమైన పుస్తకం కూడ వచ్చింది. ఈ నవల బాగా ఉందా? బాగా లేదా? ఎలా ఉంది? అని నిర్ణయించ వలసింది పాఠకులు, విమర్శకులు మరియు పరిశోధకులు. దీని మీద నేను స్పందించడం సరళమైన విషయం కాదు. సమంజసమూ కాదు. అనువాదం గురించి, అనువాదకుడి గురించి మాత్రం కొంచెం చెప్ప గలను.

రచనను ఒక భాషలో నుంచి మరొక భాషలోకి రూపాంతరం లేదా ప్రస్తుతించడం అనువాదం కాదు. అనువదించే భాషలో అది పునస్సృజనమవుతుంది . అనువాదం ఒక నైపుణ్యం. మూల, లక్ష్య భాషలలో భాష మీద పట్టుతో బాటు విషయ పరి జ్ఞానం ఉంటేనే మంచి అనువాదం సాధ్య మవుతుంది. సంతోషకరమైన విషయమేమిటంటే హైదరాబాదు కేంద్రీయ విశ్వవిద్యాలయంలో పని చేస్తున్న సీనియర్ ఆచార్యులు డా. వి. కృష్ణ 'అవతలి గుడిసె' ని తెలుగులోకి అనువదించారు. ఆచార్య వి. కృష్ణ ఏ విషయాన్నైనా లోతుగా అధ్యయనం చేస్తారు. మంచి ఆలోచనాపరులు. విమర్శకులు. హిందీ, తెలుగు భాషల మీద మంచి పట్టు ఉన్న వారు. అంతే కాకుండ 'అవతలి గుడిసె' నవల యొక్క కథా వస్తువు మరియు అందులో వ్యక్తమయిన భావాల పట్ల అవగాహన కలిగి ఉన్నారు. ఆచార్య వి. కృష్ణ స్వయంగా 'అవతలి గుడిసె' నవల మీద పరిశోధనలు చేయించారు. అందుకే నవల మర్మాన్ని మరియు అందులోని వివిధ పాశ్వాలను లోతుగా అర్థం చేసుకున్నాడనడంలో ఎలాంటి సందేహం లేదు. అనువాదం చేస్తున్నప్పుడు అనేక సార్లు మాట్లాడుకున్నాం. వారి గురించి నాకు బాగా తెలుసు. వారి తెలుగు అనువాదం తప్పకుండ చాలా బాగా ఉంటుందని నా ప్రగాఢ విశ్వాసం.

జ్ఞానాన్ని పెంపొందించడంలో అనువాదం ముఖ్యమైన పాత్ర పోషిస్తుంది. ఎందుకంటే అనువాదం రెండు భాషలను కలిపే వంతెన లాంటిది. రెండు భాషా సమాజాలను దగ్గరకు తీసుకు వస్తుంది . తెలుగు అనువాదం ప్రచురితమయ్యాక తెలుగు పాఠకులు నవలని చదవ గలుగుతారు. హిందీ ప్రాంతం యొక్క సామాజిక నిర్మాణాన్ని దాని యథార్థ సత్యాల్ని తెలుసుకో గలుగుతారు. నవలతో బాటు రచయితని కూడా తెలుసుకో గలుగుతారు. . నవలను తెలుగులోకి అనువదించినందుకు, నా పట్ల స్నేహానురాగాలు చూపినందుకు ఆచార్య వి. కృష్ణ గారికి హృదయపూర్వక కృతజ్ఞతలు మరియు శుభాకాంక్షలు. అలాగే తెలుగు పాఠకులకు హృదయపూర్వక స్వాగతా భినందనలు.

అవతలి గుడిసె

గంగా తీరాన పశ్చిమ ఉత్తర ప్రదేశ్‌లో మాతాపూర్ ఒక చిన్న గ్రామం. భారత దేశంలోని ఇతర గ్రామాల మాదిరిగానే మాతాపూర్ లో కూడా కొంత మంది మాత్రమే సిరిసంపదలు కలిగిన సంపన్నులు. మిగిలిన వారంతా దీనులు, దరిద్రులు. సిరిసంపదలు కలిగిన సంపన్నులలో సవర్ణులుగా పిలువబడే బ్రాహ్మణులు, పురోహితులు, ఠాకూర్లు, జమీందార్లు, షావుకారులు మరియు వడ్డీ వ్యాపారులు. మిగతా గ్రామాల లాగానే సవర్ణులు ఎగువ వైపు, అవర్ణులుగా పిలువబడే దళితులు గంగా నదికి దిగువ వైపున ఉంటారు. దిగువ వైపున ఊర్లో అన్నింటికన్నా చివరన సుఖ్ఖా ఇల్లు. ఆ తరువాత కూలిపోయి శిథిలావస్థలో ఉండే రెండు మూడు పూరి గుడిసెలు, పెంట కుప్పలు.

సంపన్న సవర్ణుల ఇల్లు చాలా పెద్దవిగా ప్లాస్టిక్ చేసిన నున్నని గోడలతో కూడుకుని పక్కాగా ఉంటాయి. ఉండడానికి అనువుగా రెండు, మూడు అంతస్థులతో ఉంటాయి. సభలు సమావేశాలు జరుపు కోవడానికి విశాలమైన కాంపౌండ్, పశువులను కట్టేయడానికి విడిగా స్థలం ఉంటుంది. చాలా మంది

సభలు సమావేశాలు జరిపే స్థలంలోనో, కొట్టంలోనో, చెట్ల కిందనో లేదా కాంపౌండ్ లోనో పశువులను కట్టేస్తారు. ఒకటి రెండు గోదాముల్లో గోధుమలు, ధాన్యాలు, మరికొన్నింటిలో వ్యవసాయానికి సంబంధించిన పనిముట్లు నాగలి, పార, తట్ట, గునపం లాంటి మొదలైనవి ఉంటాయి. ట్రాక్టరు, ట్రాలీ, బుగ్గీ, ఇంజను సెట్టు పెట్టుకోవడానికి విడిగా ఏర్పాట్లు ఉంటాయి. కాంపౌండ్ లోనే ఒకవైపు పశువుల కోసం గడ్డి కోసే యంత్రం కూడా ఉంటుంది.

కాని దళితుల దగ్గర ఉండడానికి, వారు పెంచుకునే ఒకటి రెండు పశువుల కోసం మట్టి గోడల మీద గడ్డితో వేసిన కప్పులు లేదా ఒకటి రెండు అంతస్థులతో పెంకుటిల్లు, గుడిసెలు ఉంటాయి. మహా అయితే ఒకరిద్దరి దగ్గర వెదురు పూడికలు, రేకులతో కూడిన పైకప్పులుంటాయి లేదా విడిగా పశువుల కోసం ఒక పూరి గుడిసె. వారి సిరి సంపదలు ఇంతవరకే పరిమితం. ఉందని చెప్పుకోవడానికి, తల దాచుకోవడానికి సుఖ్ఖా దగ్గర కూడా ఇలాంటి ఇల్లే వుంది. భార్య రమియా తో ఈ ఇంట్లోనే ఉంటాడతను.

రాత్రి రెండో జాము ముగిసే దశ. గ్రామం మొత్తం గాఢ నిద్రలో మునిగి ఉంది. కాని సుఖ్ఖా కళ్ళలో నిద్ర లేదు. ఏదో దీర్ఘాలోచనలో మునిగి పోయాడతను. బయట తీవ్రంగా గాలి వీస్తుంది. దాని తారతమ్యం సుఖ్ఖా మస్తిష్కంతో కలిసి పోయింది. అతని మస్తిష్కంలో కూడ ఆలోచనలు తుఫానులా ప్రవహిస్తున్నాయి. పక్కనే విరిగిన తొట్టి మీద చడీ చప్పుడు లేకుండా రమియా పడుకుని ఉంది. రమియా సుఖ్ఖా వైపు తిరిగి ఉంది. శూన్యం నుంచి బయటికి వచ్చిన సుఖ్ఖా చూపులు రమియా ముఖాన్ని ఆవరించాయి. ఆలోచనలో మునిగి పోయాడు 'పెళ్లి కూతురై వచ్చినప్పుడు రమియా ఎంత అందంగా ఉండిందో– పావురంలా. తన మృదువైన చేతులతో ఇంటి పనిని త్వరగా ముగించుకుని నా కోసం ఎలా ఎదురు చూసేది. తన చేతి గాజుల చప్పుడు సంగీతంలా ఇల్లంతా ఎలా ప్రతి ధ్వనించేది. అలాంటి రమియా ఈరోజు ఎలా వాడిపోయినట్లుంది. ముఖం మీది ఆ మెరుపుదనం, తేజస్సు అన్నీ గతించిన నిన్నటి మాటల్లా మారి పోయాయి. ఎప్పుడూ గులాబీ పూవులా వికసించే ఆమె అందమైన శరీరం ఇప్పుడిలా ఎండిపోయిన ముల్లులా మారి పోయింది. నిన్నటి ఆ పావురం ఎలా కలప మాదిరిగా మారి పోయింది. మరి చందన్ ... అతనికేం చేయగలిగాను. కడుపు నిండా తినిపించలేదు తాగించలేదు. సరైన తిండి దొరికి ఉంటే అలా బక్క చిక్కి

పోయేవాడు కాదు. మంచి శరీర దారుఢ్యం కలిగి ఉండేవాడు. ఎంత తెల్లగా ఉంటాడో. చూడడానికి ఇంగ్లీషు కుర్రాడి లాగ ఉంటాడు. సిరి సంపదలు గల ఇంట్లో గాని ఉండి ఉంటే మెత్తని పరుపు మీద పడుకునే వాడు. బంగారు ఊయలలో ఊగేవాడు. మోటరు సైకిల్ల మీద తిరిగేవాడు. భూమి మీద కాలు కూడా పెట్టేవాడు కాదు'.

ఆలోచనల ప్రవాహంలో సుఖ్యా మునిగి పోయాడు. అకస్మాత్తుగా అంతరంగంలో బాధగా అనిపించింది. ముసలి సుఖ్యా మనస్సులో ప్రేమ సాగరం పొంగింది. ఉద్వేగాన్ని ఆపుకోలేక పోయాడతను. ఒక్కసారిగా తన మంచం నుంచి లేచాడు. రమియా తొట్టి వైపు కాళ్ళు వాటంతటవే నడిచాయి. రమియాను ముద్దు పెట్టుకోవాలనిపించింది. తన మనసులోని ప్రేమనంతా ఆమె మీద గుమ్మరించాలనుకున్నాడు. రాణిని చేయాలనుకున్నాడు. దగ్గరకు తీసుకోవాలని ముందుకు చాపిన చేతులను వెంటనే వెనక్కి లాక్కున్నాడు. రమియా నిద్ర ఎక్కడ పాడవుతుందోనని అతని మనస్సుకు అనిపించింది. 'రోజంతా అలసి సొమ్మసిల్లింది'. మనస్సులో ఈ ఆలోచన రాగానే సుఖ్యా అడుగులు వెను తిరిగాయి. బయటికి వచ్చి అటూ ఇటూ తిరగడం మొదలు పెట్టాడు.

బయట చిమ్మ చీకటి. పగటి పూట ఉండే స్వచ్ఛమైన నిర్మల ఆకాశం మేఘాలతో అలుముకుంది. చంద్రుడు కూడా మేఘాల వెనుక ఎక్కడో దాక్కున్నాడు. గాలి వేగంగా వీస్తుంది. చిరు జల్లులు పడుతున్నాయి.. గాలి గట్టిగా వీచడంతో బయట తిరుగుతున్న సుఖ్యాని చిరు జల్లులు పూర్తిగా తడిపేసాయి.. సుఖ్యా తిరిగి గుడిసెలోకి వచ్చాడు. వెదురు మంచం మీద వచ్చి వాలిపోయాడు. అయినప్పటికీ సుఖ్యా మనస్సు ఇంకా కుదుట పడలేదు. వ్యాకులత నుంచి బయటపడడానికి పడుకునే ప్రయత్నం చేశాడు. చాలా సేపటి వరకు నిద్రని పిలిచాడు. బుజ్జగించాడు. కాని దానికి కూడా రావాలని లేదేమో. అందుకే రాలేదు. చివరకు లేచి పొయ్యిలోంచి నుంచి చుట్టలోకి నిప్పుని నింపుకుని కూర్చుని చుట్ట తాగడం మొదలు పెట్టాడు. చుట్ట పీల్చుతున్న గుడుగుడు చప్పుడుతో రమియా నిద్ర కూడా చెదిరి పోయింది. ఆమె కూడా లేచి కూర్చుంది. తను కూడా చుట్టని వెలిగించుకుంది. ఇద్దరు కలిసి చుట్ట తాగడం మొదలు పెట్టారు.

ఒక్కసారిగా చుట్ట గట్టిగా పీల్చే సరికి సుఖ్యాకు ఊపిరి ఆడక గట్టిగా దగ్గాడు.

రమియా తొట్టి దగ్గర నుంచి లేచి సుఖ్రా తల నిమరడం మొదలు పెట్టింది. చాలా సేపటి వరకు అలా తల నిమురుతూనే ఉంది. చివరకు బాగా వాంతులయ్యాయి. సుఖ్రా తల తిరగడం మొదలయ్యింది. కళ్ళ ముందు చీకట్లు కమ్ముకున్నాయి. చూస్తుండగానే చెమటతో తడిసి ముద్దయ్యాడతను. రమియా సుఖ్రాని లేపి మంచం మీద పడుకోబెట్టింది. మూలన ఉన్న మట్టి కుండలోంచి ఓ గ్లాసెడు నీళ్ళు తీసి తాగించింది. వాంతులతో పాటు వచ్చిన నంజును తానే స్వయంగా కడగడం మొదలు పెట్టింది.

సుఖ్రాకు అదేమంత కొత్త విషయం కాదు. చాలా సంవత్సరాలుగా అతను ఉబ్బస వ్యాధితో బాధ పడుతున్నాడు. ఆ ఉబ్బస వ్యాధి అతన్ని ఎంత దుర్బలంగా, బలహీనంగా మార్చేసిందో. రోజురోజుకు అదెలా ఉగ్ర రూపం దాల్చుతూ పోతుందో సుఖ్రాకి బాగా తెలుసు. అసాధ్యమైన ఆ వ్యాధి నుంచి బయట పడాలని రోజు అనుకుంటాడు. కాని పాపం ఏం చేయగలడు. తన చేతిలో ఏముందని. బహుశ విధియే ఇంత దారిద్ర్యంగా మారి పోయిందేమో. పైగా చందన్ చదువుతో అన్నీ దారులు మూసుకు పోయాయి.

వయస్సు కూడా ఏమంత ఎక్కువ కాదు సుఖ్రాది. మహా అయితే నలభై ఐదు – యాభై సంవత్సరాల దాక ఉండొచ్చు. నాలుగైదు సంవత్సరాల క్రితం వరకు ఎంతో దృఢంగా ఉండేవాడు. కాని ఇప్పుడు... కఠోర శ్రమ, ఈ ఉబ్బస వ్యాధి సమయానికి ముందే అతన్ని ముసలోడిని చేసేసాయి. బలమైన కాయం క్షీణించి పోయింది. నిగనిగలాడే ముఖం ముడతలతో నిండి పోయింది. ఎంత బలహీన పడ్డాడంటే ఒక్కసారి ఉబ్బసం గాని మొదలైతే గంటల తరబడి ఆయాస పడుతాడు. కొద్ది సేపు పని చేయగానే తల తిరగుతుంది, శరీరం నిస్సత్తువగా మారుతుంది

సుఖ్రా, రమియా ఇద్దరు చాలా సేపటి వరకు అటు ఇటూ తిరుగుతు మౌనంగా ఉండి పోయారు. రాత్రి రెండో జాము వరకు ఈ మౌనంలోనే గడిచి పోయింది. నిద్ర ఇద్దరికీ రావడం లేదు. మిగిలిన రాత్రి ఎలా గడుస్తుంది. రమియానే మాట్లాడడం ప్రారభించింది. 'ఏమయ్యో, వింటున్నావా?'

'ఆ ...చెప్పు' సుఖ్రా ఊపిరి ఇంకా కుదుట పడలేదు.

సుఖ్రా పరిస్థితిని చూడలేక పోయింది రమియా. గుండె వేగం పెరిగింది. 'ఏం అదృష్టమో, దు:ఖమంతా మనకే ఎందుకు రాశాడు' తనలో తానే అనుకుని

'ఇలాగే ఇంకెన్నాళ్ళు. ఎప్పటిదాకా ఒర్చుకుంటావు? అంటాను'.

ఒక్కసారిగా ఊపిరి బిగబట్టి సుఖ్ఖా అన్నాడు 'నీ గురించే ఆందోళన. రాత్రి పగలు చందన్ గురించే ఆలోచనలు. ఏదో రకంగా వాడు చదువు పూర్తీ చేస్తే చాలు'. సుఖ్ఖా గట్టిగా ఊపిరి పీల్చుకున్నాడు. గొంతు మౌనంలో కలిసి పోయింది.

కానీ రమియా ఆ మౌనాన్ని భరించ లేకపోయింది. తిరిగి మాట కలుపుతూ అంది, 'ఇంకెంత చదువుతాడేంటి చందన్?'.

'తెలియదు...ఎంతవరకు చదవాలో అంతవరకూ చదవనీ. డాక్టరు చదువు చదువుతానంటున్నాడు'. సుఖ్ఖా బదులిచ్చాడు.

డాక్టరు చదువు గురించి రమియాకు ఏమీ అర్థం కాలేదు. తెలుసుకోవాలనుకుంది 'డాక్టరు అంటే ఏమిటి? డాక్టరు పూర్తీ చేయడానికి ఇంకెన్ని రోజులు పడతాయి?'

'నేను ఊరోడ్ని. నాకేం తెలుసు చదువుల గురించి. నీకెలాగైతే ఏమి తెలియదో అలాగే నాకు కూడా.. చదువురాని వాడు పశువుతో సమానం'. అని సుఖ్ఖా మౌనంగా ఉండి పోయాడు.

అంతకు మించి రమియా వాదించలేకపోయింది.. ఆమె మౌనంగా ఉండి పోవాల్సి వచ్చింది. కాని ఎప్పటి వరకు? మౌనాన్ని మించిన సంభాషణ, మౌనాన్ని మించిన ఉద్యమం మరొకటి లేదు. మాట్లాడితే మనస్సు తేలిక పడుతుంది. కాని మౌనం చాలా గంభీరమైనది. మౌనం వీడనంతవరకు మనస్సులో కల్లోలం రేగుతుంది. అంతరంగంలో ఏదో ప్రేరేపిస్తూనే ఉంటుంది. మనసులోని మాట బయటికి రావడానికి ఏదో ఒక తండ్లాట జరుగుతూనే ఉంటుంది. రమియాది కూడా దాదాపు ఇదే పరిస్థితి. హృదయాంతరాలలోని మౌనం నుంచి ఏవో మాటలు పలకడానికి మళ్ళీ మళ్ళీ పెదవుల వరకు వస్తున్నాయి. కాని మౌనం వెనక్కి లాక్కుంటుంది. చాలా సేపటి వరకు మౌనం, సంభాషణల మధ్య ఘర్షణ జరుగుతూనే ఉంది. చివరకు రమియా మౌనం పరాజయం పొందింది. లోపలి స్వరం పెదాల మీదకు రానే వచ్చింది. 'ఏమయ్యో, ఇప్పటికే చందన్ బాగానే చదువుకున్నాడు. ఇక ఏదైనా పని-పాట చూసుకోమని ఉత్తరం ముక్క రాయించి పంపు. నాలుగు పైసలు సంపాదిస్తే నీ మందు బిల్లలకు పనికొస్తాయి. నెత్తి మీద ఉన్న అప్పు భారం కూడా తీరుద్ది అంటాను'.

సుఖ్ఖా ఆమెకు అర్థం అయ్యేట్లు చెప్పాడు. 'రమియా నువ్వన్నది కూడా నిజమే. చందన్ ఎక్కడైనా పనికి కుదిరితే మన పేదరికం మొత్తం దూరమై పోతుంది. కాని వాడు ఇంకా చదువుతున్నాడు. వాడు ఇంకా ఉన్నత చదువులు చదువుకోవాలనుకుంటున్నాడు. మనమెందుకు ఆపాలి. మనమెందుకు వాడి కోరికలను చంపెయ్యాలి. మనదేముంది. ఇప్పటిదాకా ఎలా గడిచిందో అలాగే ముందు కూడా గడుస్తుంది'.

'ఇంకా చదివి కలెక్టర్ ఏమైనా అవుతాడా. పెద్దవాళ్ళు పెద్ద పెద్ద హోదాలలోకి వెళతారు. చిన్న వాళ్ళదేముంది. బతుకుతెరువు కోసం చిన్నా, చితకా ఉద్యోగం దొరకడమే గొప్ప.' రమియా సహజంగా, అమాయకంగా అంది.

కాని, రమియా అలా నిరాశా చేందే మాటలు అనకుండా ఉండాల్సింది అని సుఖ్ఖాకు అనిపించింది. 'పిచ్చిదానా. అలా మాట్లాడకు. ఎవరైనా కడుపులోనే పెద్ద పెద్ద హోదాలు కలిగి పుడతారా ఏంటి . అందరూ చదువుకునే కదా పెద్దగవుతారు. ఎవరికీ తెలుసు. మన చందన్ కూడ రేపు ఏ కలెక్టరో, లేక ఇన్స్పెక్టరో కావచ్చు. ఇలాంటి పిచ్చి ఆలోచనలు విడిచి పెట్టు. కొంత కష్టమైతే ఏంటి. దుఃఖం తరువాతే కదా సుఖం వస్తుంది. ఎప్పటికైనా మనకు కూడా మంచి రోజులు వస్తాయి.' రమియాకు అర్థమయ్యేట్లు చెప్పాడు.

సుఖ్ఖా యొక్క ధైర్యం, ఆశావాదం ముందు రమియా ఏమీ అనలేక పోయింది. ఆమె కూడా ఆలోచించడం మొదలు పెట్టింది. 'దేవుడి దయవల్ల ఆయన మాటలు నిజం కానీ. చందన్ ఎక్కడైనా కలెక్టరో, ఇన్స్పెక్టరో కానీ. వాడు కారులో తిరుగుతాడు. బంగళాలో ఉంటాడు. ప్రజలు వంగి-వంగి దండాలు పెడతారు'. ఇలాంటి అనేక ఊహలతో మునిగిపోయింది రమియా. సుఖ్ఖా కూడా గట్టిగా చుట్ట పీల్చుకుని వెనక్కి తల వాల్చాడు. మెల్ల మెల్లగా వారిద్దరి మధ్య నుంచి మిగిలిన రాత్రి గడిచి పోయింది.

2

చందన్ గ్రామం నుంచి పట్టణానికి చదువుకోవడానికి వచ్చినప్పుడు అతని మనస్సులో పట్టణాల పట్ల ఒక అందమైన కల్పన ఉండేది. అతని ఆలోచన ఎలా ఉండేది అంటే, 'పట్టణ జీవితం పల్లెటూరి మురికి జీవితాలకంటే భిన్నంగా పరిశుభ్రంగా ఉంటుంది. గ్రామాలలో ఉండే ఆర్థిక మాంద్యం పట్టణంలో ఉండదు. కూడు, గుడ్డ సమస్య ఉండదు. పోలీసు రాజ్యం ఉండదు. చట్టాల కర్కషత్వం ఉండదు. ఠాకూర్లు, జమీందారుల హింస, అరాచకం ఉండదు. వడ్డీ వ్యాపారుల దోపిడీ ఉండదు. ఎక్కువ-తక్కువ తార తమ్యాలు గాని, అస్పృశ్యత గాని ఉండదు. దోపిడీలు దొంగతనాలు లాంటి అభద్రతా భావాలు అస్సలు ఉండవు. కాని కొద్ది రోజులలోనే అతని ఆలోచనలు చిన్నా భిన్నం అయి పోయాయి. పట్టణాలలో కూడా కొద్ది మంది మాత్రమే సిరి సంపదలతో సంతోషంగా ఉన్నారని, మిగతా వారంతా దుర్భరమైన జీవితం గడుపుతున్నారని పట్టణానికి వచ్చిన తరువాతే తెలిసింది. ఇక్కడ కూడా మనుషులు ఆకలితో పోరాటం చేస్తారు. తల దాచుకోవడానికి నానా తంటాలు పడతారు. జే.జే. కాలనీ అని పిలువబడే మురికివాడలో ఉండడానికి వివశులవుతారు. చాలా మంది దగ్గర పూరి గుడిసెలు కూడా ఉండవు. వాళ్ళకి రాత్రుల్లో ఫుట్ పాత్ ల

మీద గడప వలసి వస్తుంది. గ్రామం మరియు పట్టణం మధ్య కేవలం 'కాలనీ' అనే పదం మాత్రమే విభజన రేఖ. అదే లేకపోతే పట్టణాలలో ఈ మురికి వాడలలో, బస్తీలలో, గ్రామాలలో మట్టి గోడలు, పూరి గుడిసెలలో ఉండే వారి జీవన సరళిలో ఏ మాత్రం వ్యత్యాసం లేదు.

పట్టణంలో కూడా చాలా మంది దళితులకు సరైన తిండి దొరకదు. నీళ్ళలోనో, 'టీ' లోనో రొట్టేలను ముంచుకుని తింటూ కడుపు నింపుకుంటారు. చాలా ఇండ్లలో పస్తులుంటారు. చాలా మంది దగ్గర కట్టుకోవడానికి సరైన బట్టలు కూడా ఉండవు. ఇక్కడ కూడా గ్రామాలలో మాదిరిగానే పిల్లలు మట్టిలో ఆడుతూ బట్టలు లేకుండా నగ్నంగా తిరుగుతారు. చాలా మంది మహిళలు చిరిగిన చీరలతో జీవనం సాగిస్తారు. మార్చుకోవడానికి మరొక చీర లేక పోవడంతో నెలల తరబడి స్నానాలు కూడా చేయరు. అంతే కాదు, చాలా మంది గర్భవతులకు ఫుట్ పాత్ ల మీదనే ప్రసవించాల్సి వస్తుంది. ఇదో గత్యంతరం లేని పరిస్థితి. వారి జీవితంలో ఇదొక విషాదం. దీనినే వాళ్ళు తలరాత అని నమ్ముతారు.

ఇక పని మాట కొస్తే, రాత్రింబవళ్ళు నడుములు వంచి శ్రమించినప్పటికీ కనీసం రెండు పూటలు సరైన అన్నం కూడా దొరకదు. ఇరవై ముప్పై రూపాయల పని చేయించుకుని దినసరి కూలీ కింద కేవలం ఆరేడు రూపాయలిస్తాడు యజమాని. ఆకలి కడుపుతో ఏం చేస్తారు. దొరికిందే చాలని సంతోషిస్తారు. ఎక్కువ కూలీ అడిగితే ఏమవుతుందో ఎవరికీ తెలుసు. ఉన్నది కూడా ఊడుతుందేమో. పైగా యజమాని తిట్లు. 'లంజకొడుకులు, నాటకాలు చేయడానికి వస్తారు. లీడర్ గిరి చేస్తారు. పని చేయరు. కాని ఫ్యాక్టరీ వారి పేరు మీద కావాలి'. కేవలం రోజువారీ కూలీ మీదనే ఆధారపడి బతికే వీళ్ళు అన్నీ తిట్లు సహిస్తూ వేరే గత్యంతరం లేక అక్కడే పని చేస్తారు. ఎప్పుడూ వారి ముఖాల్లో ఏమీ చేయలేని నిరాశతనం ఆవరించి ఉంటుంది. దీని నుంచి బయట పడడానికి ఎలాంటి పరిహారం గాని ప్రయత్నం గాని వారి వద్ద లేదు. ప్రపంచ గమనం ఒక గతిలో ఉంటే వీళ్ళు ఏదో ఒక రకంగా తమ జీవన యాత్రను తమ గతిలో పూర్తి చేస్తున్నారు.

చందన్ ఉండేది సంత్ నగర్. అది కూడ ఒక మురికి వాడే. చెప్పుకోవడానికి పక్కా ఇల్లు ఉన్నాయి. కాని చిన్న చిన్న గదులకు మించి లేవు. ఈ మురికి

వాడలో ఉండే ప్రజలందరూ పేదలు మరియు కార్మికులు. ఇందులో కొందరు మిల్లులో పని చేసే కార్మికులు, పార పనులు చేసే వాళ్లు, కొంత మంది పండ్లు కూరగాయలు, చిన్న చిన్న ఇంటి వస్తువులు, ఆట బొమ్మలను నాలుగు చక్రాల బండి లేదా నెత్తి మీద గంపలో పెట్టుకుని వీధులన్నీ తిరుగుతు అమ్మే వాళ్ళుంటారు. కొంత మంది చెప్పులు కుట్టే పని చేస్తారు. మరి కొంత మంది కాగితపు కవర్లు, కాగితం లేదా మట్టితో చేసిన బొమ్మలు, చాపలు మొదలైనవి తయారు చేసి అమ్ముకుని వస్తారు. మహిళలు, పిల్లలు కూడా వారికి సహాయం అందిస్తారు.

తెల్లవారగానే ఇంటి నుంచి బయలుదేరి రాత్రికి ఎప్పుడో అలసిపోయి ఇంటికి తిరిగి రావడం ఏది ఉంటే అది కడుపులో వేసుకుని నడుము వాల్చడం, ఇదే వారి జీవితం. మిగతా వారి దగ్గర ఉన్నట్లు వీరి దగ్గర సుఖ–సౌకర్యాలు గాని మనోరంజన సాధనాలు గాని ఉండవు. భార్యలే వీరికుండే ఒకే ఒక మనోరంజన సాధనం. రాత్రి చీకటిలో పిల్లలు నిద్ర పోయాక వారితోనే కొద్ది సేపు గుసగుసలాడి ప్రపంచంలోని గొప్ప సంపదను, సుఖాన్ని పొందుతారు.

మహా అయితే అప్పుడపుడు బయట కూర్చుని తంబూర తాళం వాయిస్తూ రాగ యుక్తంగా పాడుకుంటారు. పాటలు పాడే ఈ జానపద గాయకుల విధానం వేరుగా ఉంటుంది. గాయకుడు లయ బద్ధంగా పాడే ప్రతిసారి అతని ఒక చేయి చెవి దగ్గర మరో చేయి సందేశం ఇస్తున్నట్లుగా పైకి లేచి ఉంటుంది. పాట వేగం పెరిగిన కొద్ది గాయకుడి గొంతు కూడా తేజోవంతమవుతుంది. పాట లయతో పాటు ఒకసారి చేయి పైకి లేస్తే, మరోసారి తల, ఇంకోసారి ఛాతి విరుచుకుంటది. ఆ సమయంలో అతని ఎత్తు ముందు పర్వతాల ఉత్తుంగ శిఖరాలు కూడా చాలా చిన్నవిగా, పొట్టివిగా అనిపిస్తాయి. తేజస్సుతో గొంతు కట్టి పడుతున్న కొద్ది అంతే ఒరవడితో చేయి, తల కూడా పైకి ఎగురుతుంటాయి. గొంతు మందగిస్తున్న కొద్ది చేతులు, తల కూడ నెమ్మదిస్తాయి. పాడుతున్నప్పుడు గాయకుడు అనేక సార్లు నృత్య భంగిమలోకి వెళ్తాడు. పాట లయతో పాటు అతని శరీరం కూడా నృత్యం చేస్తుంది. నడుము వంగిపోతుంది. నుదురు భూమిని ముద్దాడుతుంది.

పాడుతూ పాడుతూ గాయకుడి ముఖం ఎర్ర బడుతుంది. చేతి రోమాలు లేచి నిలబడతాయి. గట్టిగా దీర్ఘంగా ఆలపించడంతో కళ్ళు పూర్తిగా మూతబడినట్లు

అయిపోతాయి. ఆ విధంగా ఒక్కరొక్కరు నిలబడి ఊగుతూ పాటలు పాడుతారు. వారి పాటలలో, రాగాలలో నాయకుడు ఏ వీర పురుషుడో, రసిక ప్రేమికుడో ఉంటాడు.

జానపద గీతాలు, సంగీతం అంటే చందన్ కు కూడా చాలా ఇష్టం. అతని చుట్టుపక్కల ఉండే వారు కూడా తరచు ఆడుతూ పాడుతూ ఉంటారు. మొదట తన గదిలోనే కూర్చుండి కిటికీ నుంచి బయటకు చూస్తూ ఆనందించే వాడు. 'ఒక కొత్త వ్యక్తి వీళ్ళ మధ్య ఎలా సర్దుకు పోగలడు' అని ఆలోచిస్తూ వాళ్ళతో కలిసిపోయే ప్రయత్నం చేసే వాడు కాదు. కాని ఇప్పుడు చందన్ కూడా అందరిలో ఒకడిగా కలిసి పోయాడు. అందరితో పాటు కూర్చోవడం మాట్లాడం మొదలు పెట్టాడు.

మురికి వాడలో ఉండే ఈ ప్రజలలో మధ్య తరగతి ప్రజల మాదిరిగా ఉరుకులు పరుగులు గాని , కృత్రిమ వ్యవహారం గాని, కుళ్ళు కుతంత్రాలు గాని లేవు. వీళ్ళలోని రసికత్వం పాటలు సంగీతం వరకే పరిమితం. ఇంకో విధంగా చెప్పాలంటే జీవన ప్రధాన స్రవంతి నుంచి విడి పోయిన వీరి జీవితంలో రసం గాని, ప్రాణం గాని లేదు. ఏదో విధంగా జీవన స్రవంతిలో కలిసి పోతారు అంతే. ప్రవహించే నదులు సముద్రంలో ఎలా కలుస్తాయో అలాగే వీరి జీవన యాత్ర కూడా ఎక్కడో మహా శూన్యంలోకి వెళ్లి పూర్తవుతుంది. సమాజంలో ఏం జరుగుతుంది? దేశంలో ఎలాంటి మార్పులు సంభవిస్తున్నాయి? వాటికి సంబంధించిన సమాచారం గాని, వాటి గురించి తెలుసుకోవాలన్న తపన గాని వారిలో ఉండదు. ఉదయం నుంచి సాయంత్రం వరకు వొళ్ళు వంచి పని చేయడం, రాత్రికి దొరికిందేదో తిని తాగి పడుకోవడం, మళ్ళీ ఉదయాన్నే బతుకుదెరువు కోసం బయలుదేరడం ఇదే వారి జీవన చక్రం.

మధురమైన సంభాషణ, పరస్పర సహకారం, ఒకరి పట్ల మరొకరికి సానుభూతి, గౌరవ మర్యాదలు అన్నీ ఉన్నాయి వీళ్ళలో. అయితే మంచి అలవాట్లతో పాటు కొన్ని దురలవాట్లు కూడా ఉన్నాయి. అన్నింటికన్నా పెద్ద దురలవాటు ఏమిటంటే సంపాదించిన దానిలో ఎక్కువ భాగం తాగుడుకో, జూదం ఆడడానికో పెట్టేస్తారు. కొంత మంది ఈ వ్యసనం నుంచి దూరంగా ఉన్నా, చాలా మంది ఈ వ్యసనానికి గురయిన వారే. ఈ కారణం చేతనే రాత్రింబవళ్ళు కష్టపడి సంపాదించినప్పటికీ వీరి జీవితం మెరుగు పడదు.

ఎప్పుడు ఇతరుల ముందు చేతులు చాపే దీన దరిద్రులుగా ఉండి పోతారు. రాత్రి చాలా సేపటి వరకు మద్యం మత్తులో మునిగి భార్యా పిల్లలను లేదా ఒకర్నొకరు పరస్పరం కొట్టు కోవడమో, తిట్టుకోవడమో చేస్తారు. వారి కేకలు–అరుపులు, గొడవలతో ఏదో ఒకరోజు తప్పకుండ చెవిటి వాడిని అయి పోతానని చందన్ కు అనిపించేది. భీకరమైన అరుపులు వినడం అలవాటు పడిన తరువాత ఎవరైనా మెల్లిగా మాట్లాడితే ఇక వినబడదేమో అని కూడా అనుకునే వాడు.

తరచూ చందన్ అనుకునేవాడు, 'అసలు, వీళ్లెందుకు ఇంతగా అరుపులు–కేకలు వేస్తారు? మద్యం మత్తులో ఉన్నారనుకున్నా కూడా మౌనంగా ఉండవచ్చు కదా. పోనీ మాట్లాడాలనుకుంటే మెల్లిగా మాట్లాడుకోవచ్చు కదా. అలా ఎందుకు చెయ్యరు వీళ్ళు?'.

ఈ అరుపులు–కేకలు అతనికి ఇష్టం ఉండేది కాదు. ముఖ్యంగా రాత్రి సమయంలో అతను చదువుకుంటున్నప్పుడు చాలా కోపం వచ్చేది. చాలా సార్లు ఆవేశంలో వాళ్ళ మీద విరుచుకు పడాలని అనిపించేది. చీవాట్లు పెట్టి 'ఇదేం ప్రవర్తన. ఎప్పుడు పడితే అప్పుడు అరుపులు–కేకలే, తిట్టుకోవడాలు–కొట్టుకోవడాలే. శాంతంగా ఉండలేరా? పట్టణంలో మిగతా బస్తీలు కూడా ఉన్నాయి. అక్కడ కూడ ప్రజలు ఉంటారు. కాని ఇంతగా లొల్లి ఉండదు. ఇలా ప్రవర్తించరు. ఇక్కడున్నట్లు అక్కడ ఉండరు. మిగతా వారిలాగా మీరు ఉండలేరా?'. కాని తన కోపాన్ని అణిచిపెట్టుకునే వాడు. మనసులోనే అనుకునే వాడు. 'నేనైతే బయటి వాడిని. కాలం వెళ్ళబుచ్చాలి. పట్టణంలో మరో చోట ఉండడానికి ఎలాగూ చోటు దొరకదు. ఇక్కడే ఎలాగో ఒక లాగా ఉండటానికి ఇంత చోటు దొరకింది. ఇక్కడ నుంచి బయటికి పోవలసి వస్తే మళ్ళీ ఇంటికోసం వీధులన్నీ గాలించాలి'. అలా ఆలోచించి ఎప్పుడు ఎవరిని ఏమీ అనేవాడు కాదు చందన్. కాని భరించ లేనంతగా మారినప్పుడు తలుపులు, కిటికీలు మూసేసి లోపలే మౌనంగా ఉండిపోతాడతను. బయటి ప్రపంచం నుండి సంబంధాలు విచ్ఛిన్నమై పోతాయి. ఇచ్చి పుచ్చు కోవడాలేమి ఉండవు. లోలోనే గునుగుతాడు, 'అరచుకోండి, ఎంత అరవాలో, ఎంత తిట్టుకోవాలో ఇప్పుడు అరచుకోండి, తిట్టుకోండి'.

హరియా కూడా బాగా తాగుతాడు. ఎప్పుడు చూసినా మద్యం మత్తులో మునిగి ఉంటాడు. పగలు కూడా తాగుతాడు. సాయంత్రం కల్లు దుకాణం

దగ్గరకు వెళ్లి తాగుతాడు. మరుసటి ఉదయం కప్పులో టీకి బదులు మద్యమే అవసరమవుతుందతనికి. దేశం గురించి గానీ, బస్తీ గురించి గానీ హరియాను ఆలోచించనీయకుండా చేస్తుంది మద్యం. తన గురించి గాని ఇతరుల గురించి గాని పట్టించుకోడు. అతని ప్రపంచమే వేరు. ఆ ప్రపంచంలోనే రాత్రింబవళ్ళు మునిగి తేలుతాడు. గొంతు తడుపుకోవడానికి మద్యం దొరికితే చాలు. అదే అతని ప్రపంచం. లేకపోతే ఏ ప్రపంచం లేదు. కనిపించదు.

చందన్ పట్టణం వచ్చిన మొదట్లో ఉండడానికి ఇల్లును వెతకడానికి ఈ మురికి వాడకు వచ్చాడు. తను మారుమూల గ్రామం నుండి చదువుకోవడానికి వచ్చానని చెప్పినప్పుడు తన ఇంట్లోనే ఉండమని ఆహ్వానించిన మొదటి వ్యక్తి హరియానే కావడం యాదృచ్ఛికమే అనాలి. ఎప్పుడూ కళ్ళు మూసుకున్నట్లు ఉండే హరియా మాటల్లో ఎలాంటి ఆకర్షణ ఉందో తెలియదు గాని చందన్ ఇంకేమి ఆలోచించకుండా వెంటనే సామాను తీసుకుని హరియా ఇంటికి వచ్చేశాడు. అప్పటి నుంచి ఇప్పటి వరకు అతను హరియా ఇంట్లోనే ఒక చిన్న గదిలో ఉంటున్నాడు. చందన్ తన ఇంటి నుంచి వెళ్లిపోవాలని హరియా కోరుకోడు. అలాగే చందన్ కూడా హరియాని వదిలి పెట్టి మరో చోటుకి పోవాలని అనుకోడు. అంతలా వారిరువురి మధ్య విడదీయరాని ఒక ఆత్మీయ బంధం ఏర్పడింది.

అలా చందన్ హరియా ఇంట్లో ఉంటున్నాడు. కాని హరియా అతను అద్దెకు ఉంటున్న వాడిగానో, బయటి వ్యక్తిగానో ఎప్పుడు భావించ లేదు. చందన్ కు కూడా అలాంటి ఆలోచన ఎప్పుడు రాలేదు. అయినా ఎలా వస్తుంది. హరియా అతన్ని కొడుకు లాగ చూసుకుంటుంటే. చందన్ కూడా అతన్ని తండ్రిలానే భావించేవాడు. చందన్ ఉండే గదికి అద్దె ఎంతో ఇద్దరి మధ్య ప్రస్తావనకు రాలేదు. చందన్ చాలా సార్లు అద్దె నిర్ణయిస్తే బాగుంటందని అనుకునే వాడు. కాని నిర్ణయించడానికి హరియా అవకాశం ఇస్తే కదా. అయితే చందన్ కు అవకాశం దొరకగానే హరియాతో కలిసి అద్దె నిర్ణయం తీసుకుందామని అనుకున్నాడు. కాని హరియా ప్రత్యేక రకమైన మనిషి. స్పష్టంగా తిరస్కరించాడతను, "చూడు బిడ్డా ఇక్కడ నీకు ఎంతకాలం ఉండాలనుకుంటే అంతకాలం ఉండు. పట్టణంలో ఉన్నన్ని రోజులు నా ఇంట్లోనే ఉండు. ఇక్కడే తిను-తాగు. ఏమైన ఇబ్బంది అనిపిస్తే చెప్పు. అద్దె గురించిన ప్రస్తావన మాత్రం మళ్ళీ ఇంకెప్పుడూ

తీసుకురాకు. ఈ ఇల్లు నీదే, నేను కూడ నీ వాడినే".

'హరియా అలా మాట్లాడుతున్నాడంటే అది అతని మంచితనం. కాని నేను కూడ కొంచెం ఆలోచించాలి. నాకు కూడా భాధ్యత ఉంది.' చందన్ మనస్సులోనే అనుకుని హరియాతో అన్నాడు, 'అదంతా బాగానే ఉంది బాబా. కాని నేను ఇంకో దగ్గర ఉండి ఉంటే అక్కడైన అద్దె ఇచ్చే వాడిని కదా? అయినా మీ దగ్గర ఏమంతా ఉందని. మీ పరిస్థితే ఏమీ బాగా లేదు. పైగా నేనొక భారం, ఏం బాగుంటుంది చెప్పు.

చందన్ మాత్రం సహజంగా అనేశాడు. కాని హరియాకు మాత్రం గాయాన్ని సూదితో గుచ్చినంత బాధగా అనిపించింది. మనస్తాపానికి గురయ్యాడు. బొంగురు స్వరంతో ఇలా అన్నాడు. 'నేనైతే చాలా సంతోషంతో నిన్ను నా వద్ద ఉంచుకోవాలనుకున్నాను. నేను ఏళ్ల తరబడి ఒంటరిగా బతుకుతున్న. నువ్వు నా దగ్గర ఉంటే మనస్సు సంతోషంగా ఉంటుందని అనుకున్న. కాని నిన్ను నీవు భారం అనుకుంటున్నావు. నేనెప్పుడు అలా అనుకోలేదు బిడ్డా. నీకలా అనిపిస్తే వెళ్ళు. నీకెక్కడ సౌకర్యంగా అనిపిస్తే అక్కడికి వెళ్లిపో. నాదేముంది. ముసలోడ్ని. ఇప్పటిదాకా ఎలా బతికానో ఇక ముందు కూడా ఎలాగోలా బతికేస్తాను.' మళ్ళీ లోలోపల నసిగాడు. ' బరువు భూమి మీద కాదు, మనిషికి. మనిషి భారమైపోతాడు. ఓరీ భగవంతుడా, ఏం వ్యవస్థ. ఏం ఆలోచనలు...'

విషాదం, కరుణతో నిండి పోయిన హరియా మాటలు విని చందన్ నిర్ఘాంత పోయాడు. పట్టణంలో ఉండే వాళ్ళు చాలా స్వార్థపరులు, అవకాశవాదులని, మానవ సంబంధాలన్ని స్వార్థం మీద ఆధార పడి ఉంటాయని అతను విన్నాడు. కాని హరియా ప్రవర్తన అందుకు పూర్తిగా భిన్నం. ఊహాతీతం. ఎంతో ప్రేమతో, స్నేహంతో తన వద్ద, తన ఇంట్లో తనని ఉంచుకుందామని అనుకున్నాడు హరియా. చందన్ ఎలా వ్యతిరేకించగలడు. హరియా పట్ల శ్రద్ధ, గౌరవంతో అతను తల దించుకున్నాడు. పట్టణంలో ఉన్నంత కాలం హరియా దగ్గరే ఉండాలని, అతనిని విడిచి వెళ్ళకూడదని ధృడంగా నిశ్చయించుకున్నాడు.

3

చందన్ హరియా ఇంటికి వచ్చినప్పటి నుంచి హరియా ప్రపంచమే మారిపోయింది. ఎప్పుడూ విసుగ్గా, మాసిన దుస్తువులతో ఉండే హరియా ఎన్నో ఏళ్ల నుంచి ఇంటికి దూరమైన కొడుకు తన వద్దకు తిరిగి వచ్చినట్లు చాలా సంతోషంగా ఉంటున్నాడు. అతని ముసలి శరీరంలోకి కొత్త శక్తి, స్ఫూర్తి ప్రవహించినట్లుగా ఉంది. చందన్ నిద్ర నుంచి లేవగానే హరియా కప్పులో టీ తీసుకుని అతని దగ్గరకు వస్తాడు. చందన్ పళ్ళు తోముకుంటాడో లేదో వెంటనే హరియా మున్సిపాలిటి నల్లా నుంచి స్నానం కోసం నీళ్ళు తీసుకుని వస్తాడు. చందన్ స్నానం చేసే లోపు హరియా టిఫిన్ కోసం పరాఠాలు తయారు చేస్తాడు. చందన్ ఇంట్లో పని చేద్దామనుకున్న హరియా ఏ పని చేయనిచ్చే వాడు కాదు. అంత ప్రేమని, స్నేహాన్ని చందన్ ఎప్పుడు ఊహించ లేదు కూడ. హరియా తననెందుకు అంతగా ప్రేమిస్తాడు? మొదట్లో చందన్ కి అర్థమయ్యేది కాదు. ఉన్నట్టుండి అతనికి ఒక సందేహమేసింది. కొంపదీసి 'వీటన్నింటి వెనకాల హరియాకు స్వార్థం ఏమి లేదు కదా! లేక పోతే ఎవరి స్వార్థంలో వారు మునిగిపోయిన నేటి సమాజంలో, ఇతరుల గురించి పట్టించుకునే సమయం ఎక్కడ. అది కూడ ఇంతగా.' ఒకసారి కాదు, అనేక సార్లు ఈ ఆలోచన అతని

మస్తిష్కంలో మెదిలింది. కాని హరియాని అడిగే సాహసమేప్పుడు చేయలేదు.

సాధారణంగా ఉత్తర భారత దేశంలో జూన్ చివరి వరకు వర్షాకాలం వచ్చేస్తుంది. కాని ఆ సంవత్సరం ఆగస్టు మొదలైన వర్షా ఋతువు జాడలేదు. వర్షాలు రాని ఫలితంగా పంటలు అన్నీ దెబ్బ తిన్నాయి. నీటి మట్టం బాగా పడిపోవడంతో బోరు పంపులో నీళ్ళు రావడం బంద్దైనాయి. అనేక రోగాలు వ్యాపించాయి. ఒకపక్క మహామ్మారీ, ఇంకో పక్క కరువుతో ప్రజలు ఇబ్బందులు పడుతున్నారు. దేశ దక్షిణ – తూర్పు ప్రాంతాలలో కేవలం వర్షా ఋతువు రావడమే కాదు. వర్షాలు ఏ స్థాయిలో పడ్డాయంటే నదులు వరదలతో ప్రవహించాయి. ఆ వరదల దాటికి గ్రామాలకు గ్రామాలు కొట్టుకుపోయాయి. లక్షలాది ప్రజలు నిరాశ్రయులు అయ్యారు. వేలాది మంది జనం, పశువులు నీటిలో కొట్టుకు పోయాయి. అటు వరదలతో, ఇటు కరువుతో నలువైపులా అతి వృష్టియే. ఈ ప్రకృతి యొక్క విపత్తు నుంచి బయట పడే నిమిత్తం ఆకాశ దేవత ఇంద్రుడిని ప్రసన్నం చేసుకోవడానికి ప్రతి చోట యజ్ఞయాగాలు మొదలయ్యాయి. ఎందుకంటే భగవంతుడైన ఇంద్రుడు కోపంగా ఉన్నాడని, అందుకే వర్షాలు పడడం లేదని ప్రజల మూఢ విశ్వాసం..

సంత్ నగర్ జే.జే. కాలనీ ప్రజలు కూడా ఒక యజ్ఞం చేయాలని నిర్ణయించారు. చందాలు వసూలు చేయడం మొదలు పెట్టారు. అయితే చందన్ యజ్ఞం చేయడాన్ని వ్యతిరేకించాడు. యజ్ఞం చేస్తే ఇంద్రుడు ప్రసన్నమవుతాడు. వర్షాలు పడతాయి అనే ఈ ఆలోచన తప్పు. వర్షాకాలం వస్తే వర్షాలు పడుతాయి. ఇంకా వర్షాకాలం రాలేదు అందుకే వర్షాలు పడడం లేదు. యజ్ఞం, యాగం అన్నీ వ్యర్థం. అంతా మోసం

, వంచన. దీని వల్ల ఒరిగేదేమీ లేదు. ప్రపంచంలో దేవత, భగవంతుడు లేడు. అందుకే వర్షాలు కురిపించడానికి సాధ్యం కాదు.' అని చందాకోసం వచ్చిన వాళ్ళతో అన్నాడు.

'ఏం మాట్లాడుతున్నావు బాబు! చందా ఇవ్వడం ఇష్టం లేక పోతే ఇవ్వకు. కాని భగవంతుడిని తిరస్కరించకు. భగవంతుడి ద్వారానే అన్నీ ఉన్నాయి. అతని అనుగ్రహం లేనీదే కొమ్మైనా కదలదు. ఇంద్రుడు అతనే, లక్ష్మీ అతనే, మహాదేవ్ కూడా అతనే. అతనొక్కడే. కాని రూపాలు అనేకం. మనుషులలో, జీవ జంతువులలోను అతనే ఉన్నాడు. మాలో, నీలో కూడా అతనే ఉన్నాడు.

అందుకనే భగవంతుడి యజ్ఞం కోసం నీకు తోచినంత ఇస్తే ఇవ్వు లేక పోతే లేదు. అంతే కాని ఇలా ఇష్టమొచ్చినట్లు మాట్లాడకు.' చందా అడిగే వాళ్ళలో నుంచి ఒకతను అన్నాడు.

'నేనేమీ తప్పుగా మాట్లాడడం లేదు. ఉన్నదే మాట్లాడుతున్నాను. సర్వ శక్తులు కలిగిన వాడు సర్వంతర్యామి అయిన భగవంతుడు, ఈశ్వరుడు లేదా పరమాత్ముడు, అందరిని పుట్టించే వాడు, అందరిని పోషించే వాడు, సంహరించే వాడు, శాశ్వతుడు, చైతన్యుడు, జగత్ నియామకుడు, ఆది, అంతం లేని వాడు అంటూ ఈ ప్రపంచలో ఎవ్వరు లేరు. ఈ ఆలోచన భ్రమలు కల్పించేది అసత్యం. అశాస్త్రీయం. ఒకవేళ మీరు దీనిని నమ్మితే అది మీ తప్పు. నిజమేమిటంటే ఈ ప్రపంచంలో ఆత్మా, పరమాత్మ, ఈశ్వరుడు, బ్రహ్మ, భగవంతుడు లాంటి ఏ శక్తి కూడ అస్తిత్వంలో లేదు. మనిషియే అన్నింటికన్న పెద్ద శక్తి. ప్రపంచంలో మనిషిని మించిన ఏ వస్తువు లేదు. ఆత్మ, పరమాత్మ, ఈశ్వరుడు, బ్రహ్మ, భగవంతుడు ఎవరు కూడా వాస్తవం కాదు. ఇదంతా అపోహ. కల్పితం. అమాయక ప్రజలను మూర్ఖులను చేసి తమ స్వార్థాన్ని నెరవేర్చుకునే ఉద్దేశ్యంతో తెలివైన వారు కనిపెట్టిన కట్టు కథలన్న విషయం వాళ్ళకి అర్థమయ్యే విధంగా చెప్పే ప్రయత్నం చేసాడు చందన్.

'చందన్ భయ్యా! అయితే ఈ యజ్ఞ, యాగాలు ఎందుకు చేస్తారు. ఏదో ఒక కారణం ఉండే ఉంటుంది కదా'. వచ్చిన వారిలో నుంచి ఒకతను అడిగాడు.

'అవును. దీనికి కూడ కారణం ఉంది. ప్రతి కార్యానికి ఒక కారణం ఉంటుంది. కారణం లేకుండ ఏ కార్యం ఉండదు. దేవీ దేవతల పూజార్చనలు, వాళ్ళ కోసం యజ్ఞం, యాగాల్లాంటి అనుష్టానాల సంప్రదాయాల వెనుక ఒకటే ఉద్దేశ్యం ఉంది. అదేమిటంటే సమాజాన్ని దివ్య శక్తులతో భయపెడుతూ మతాన్ని బతికించడం. యజ్ఞ, యాగాల వెనక ఇదే కారణం. ఎప్పుడు ఏ విపత్తు వచ్చిన వాటి పరిష్కార మార్గాలు అన్వేషించకుండా దేవీ దేవతలను పూజించడం, రకరకాల అనుష్టాలు చేయడం భారతీయ సమాజం యొక్క విషాదం. రాళ్ళతో కూడిన దేవీ దేవతలను, భగవంతుడిని పూజించడం లేదా కానుకలు సమర్పించుకోవడం వలన ఒరిగేది ఏమి లేదన్న విషయాన్ని మీరు అర్థం చేసుకోవాలి. ఇందులో ఎలాంటి ఔచిత్యం లేదు. దీని ద్వారా కొంత మందికి జీవన భృతి దొరకడం తప్ప. దాంతో వారికి కష్టపడి సంపాదించవలసిన అవసరం ఉండదు.'

'అన్నా! మీరు పూర్తిగా నాస్తికులు. భగవంతుడిని ఏమాత్రం ఒప్పుకోరు.' ఈసారి మూడో వ్యక్తి అన్నాడు.

'ఒకవేళ ఈశ్వరుడి, భగవంతుడి శక్తిని ఒప్పుకోవడమే ఆస్తికం లేదా నిరాకరించడం నాస్తికం యొక్క ఆధారమైతే ఖచ్చితంగా నేను నాస్తికుడినే. నేను ఏ ఆత్మను, పరమాత్మను, ఈశ్వరుడిని, భగవంతుడి యొక్క అస్తిత్వాన్ని అంగీకరించను,' చందన్ మరింత దృఢంగా చెప్పాడు.

'కాని అన్నా! అనేక శతాబ్దాలుగా వస్తున్న సంప్రదాయం నీవొక్కడివి చెప్పితే మారి పోతుందా. నీ ఒక్కడివి ఒప్పుకోక పోతే ఏమవుతుంది. ప్రపంచం మొత్తం దేవుడు ఉన్నాడని ఒప్పుకుంటుంది. అందుకే దేవుడు ఉన్నాడు, ఉంటాడు.' ఓ పెద్దాయన అన్నాడు.

తానూ చెప్పుతున్న విషయాలు వాళ్ళ మీద ఎలాంటి ప్రభావం చూపడం లేదని చందన్ గమనించాడు. వారికి అర్థమయ్యేట్లు చెప్పడానికి వేరే మార్గం వెతుకున్నాడు. వారినే అడిగాడు, 'దేవుడున్నాడని మీరు నమ్ముతారా?'

'అవును. అందులో సందేహం ఏముంది. మేమే కాదు అందరు నమ్ముతారు.' చాలా వరకు అందరు ఒకే మాట అన్నారు.

చందన్ రెండో ప్రశ్న వేశాడు, 'దేవుడు సర్వ శక్తి సంపన్నుడని, సర్వాంతర్యామి అని కూడ మీరు నమ్ముతారేమో. అన్నీ అతని అనుగ్రహం, ఆజ్ఞ ద్వారానే అవుతాయేమో?'

'అవునవును. ఖచ్చితంగా నమ్ముతాము.' అందరు ఒకేసారి అన్నారు.

చందన్ తరువాతి ప్రశ్న వేశాడు, 'ఈ రోజు మీ దీన, హీన పరిస్థితికి, బుక్కెడు బువ్వ కోసం ఇతరుల మీద ఆధార పడడానికి, ఇతరులు మిమ్ముల్ని నీచులుగా, అంటరాని వారిగా, నిమ్నులుగా, తిరస్కార భావంతో అసహ్యంగా వ్యవహరించడానికి దోపిడీలకు, అవమానాలకు, అత్యాచారాలకు గురి కావడానికి కారణం దేవుడే అన్న మాట. మీ ఈ దుస్థితికి కారణం అతనే అన్న మాట.'

అంటూ చందన్ ఒక నిమిషం ఆగి వాళ్ళ వైపు చూశాడు. ఎవరు ఏమీ మాట్లాడలేక పోతున్నారు. ఒకరి మొహాలు ఒకరు చూసుకోవడం మొదలు పెట్టారు. చందన్ కొనసాగించాడు, 'ఒక వైపు మీరున్నారు. రెండో వైపు అంద

విహీనంగా ఉండి, అధములుగా ఉండి కేవలం ఒక కులంలో పుట్టిన కారణం చేతనే శ్రేష్టులుగా పరిగణించబడతారు. వారు కోటలలో, బంగలాలలో ఉంటారు. వారి ఇనప పెట్టెలు నోట్ల కట్టలతో నిండి ఉంటాయి. మీరు రోజంతా నడుము వంచి పని చేసినా అందుకు తగ్గ కూలీ ఇవ్వరు. మిమ్మల్ని దోచుకుంటారు. ఇదంత దేవుడే చేస్తాడు. అవునా...'

చందన్ వాళ్ళ వైపు ప్రశ్నార్థకంగా చూసాడు. ఒప్పుకున్నట్లు మెల్లగా తలలూపారు. చందన్ అన్నాడు, 'మీరు చెప్పినట్లు దేవుడు ఉన్నాడే అనుకుందాం. మీరే చూడండి. ఎంత అన్యాయం చేస్తాడు. ఎంత నిర్ధయుడు. మీరు ఏ దేవుడినైతే నమ్ముతారో, పూజలు అర్చనలు చేస్తారో, ప్రసన్నం చేసుకోవడానికి కానుకలు సమర్పిస్తారో ఆయనకి మీ పై ఇసుమంత దయ కూడ రాదు. మిమ్మల్ని పశువుల మాదిరి నరకీయ జీవనం గడపడానికి వివశులను చేస్తాడు. మీరే ఆలోచించండి. ఒకవేళ దేవుడు ఉన్నా, అలాంటి దేవుడిని ఎందుకు నమ్మాలి? పూజలు, ఎందుకు చేయాలి? మీకు మంచి చేయడు సరికదా చెడే చేస్తాడు. అలాంటి దేవుడిని నమ్మడంలో ప్రయోజనం ఏమీ లేదు.'

చందన్ వాళ్ళవైపు చూసాడు. వాళ్ళలో వాళ్ళే గుసగుసలాడుకుంటున్నారు. వాళ్ళలో వాళ్ళు మాట్లాడుకుంటున్నారు. 'చందన్ చెప్పేది నిజమే. ఈ రోజు వరకు దేవుడిని నమ్ముతూ పూజిస్తూ వచ్చాం.. అయినా మనకేం ఒరిగిందని. చందన్ మాటలే నిజమనిపిస్తున్నాయి. ఆత్మ, పరమాత్మ అంటూ ఏమి లేదు.' చందన్ తన మాటలను కొనసాగించాడు. 'అందుకే మీరు నిజాన్ని తెలుసుకోమంటున్నాను. అర్థం చేసుకోమంటున్నాను. మీకు మేలు కలిగే పనులను చేయండి. ఈ యజ్ఞ, యాగాల మీద పెట్టె ఖర్చులు ఎక్కడికి పోతాయి? దాని వల్ల లాభమేంటి? ఆ డబ్బులను జీవితంలో ఉపయోగపడే వాటికోసం ఖర్చు చేస్తే బాగుంటది. మీ పిల్లలు రోజంతా మట్టిలో ఆడుతూ తిరుగుతారు. వాళ్ళ భవిష్యత్తు గురించి ఆలోచించండి. వాళ్ళ కోసం స్కూలు ప్రారంభించవచ్చు. వీధి వాడలు ఎంత అధ్వాన్నంగా ఉన్నాయి. కొద్దిపాటి వర్షానికే గుంతలో నీళ్ళు, బురద వచ్చేస్తుంది. నడవాలంటే ఎంత కష్టంగా ఉంటుందో. వీటిని బాగు చేయించవచ్చు. చాలా మంది మహిళలు ఏ పని లేకుండా ఇంటిపట్టునే ఉంటున్నారు. పూట గడవడం కూడా ఇబ్బందిగా ఉంటుంది. అలాంటి మహిళలకు కుట్టు పని నేర్పించే ఏర్పాట్లు చేయవచ్చు. ఇవే కాకుండ ఇంకెన్నో పనులు చేయవచ్చు. చందా

వసూలు చేసి ఇలాంటి పనులు చేయాలి. ఇలాంటి పనుల కోసం నేను కూడా మీతో నడుస్తాను.'

చందన్ మాటలు వాళ్ళ మీద ప్రభావం చూపాయి. వాళ్లకు అర్థమయింది. అందరు ఏక కంఠంతో అన్నారు, 'నువ్వు చెప్పింది నిజమే చందన్! మాదే తప్పు. ఆత్మ, పరమాత్మ, దేవీ దేవతల చుట్టు పడ్డాం. ఇప్పుడు నువ్వు మా కళ్ళు తెరిపించావు. నువ్వు కలకాలం సంతోషంగా ఉండాలి. నిద్ర మత్తు, అజ్ఞానంలో ఉన్న మమ్ముల్ని మేల్కొలిపావు. ఇక మేము ఈ డొంక దారులు పట్టం.' యజ్ఞం చేయాలనే ఆలోచన విరమించుకుని చందనుకు కృతజ్ఞతలు చెప్పి అందరు తమ తమ ఇళ్ళలోకి వెళ్లి పోయారు.

4

జూన్ నెలే కాదు జులై నెల కూడా గడిచి పోయింది. ప్రజలు అనేక యజ్ఞ, యాగాలు చేసారు. అయినా వర్షాలు పడలేదు. వర్షా ఋతువు ఎప్పుడో ఆగస్టు నెలలో వచ్చింది. నీళ్ళు లేక పోవడంతో రైతుల పంటలు ఎండి పోతున్నాయి. కొద్దిపాటి చినుకులు పడడంతో వాటి మొదలు వికసించడం మొదలు పెట్టాయి. ఎండలు ఎక్కువగా ఉండడంతో సామాన్య ప్రజలు చాలా ఇబ్బందులు పడుతున్నారు. వర్షాలు రావడంతో ఉష్ణోగ్రతలోని మార్పులకి ప్రజలకు ఉపశమనం దొరికింది. కష్టించి సంపాదించే వారు లేదా దాని తోనే పొట్ట నింపుకునే వారు ఇంకా చెప్పాలంటే 'రెక్కాడితే డొక్కాడని ' పరిసస్థితి లో ఉండి బ్రతికే వాళ్లకు చాలా అసౌకర్యం కలిగింది. వర్షంలో ఇంటి నుంచి బయటికి వెల్లలేక పోయేవారు. వెళ్ళినా ఎక్కడా పని దొరికేది కాదు. ఇలాంటి పరిస్థితిలో వాళ్ళ ఇల్లు ఎలా గడుస్తుందో వాళ్ళకే తెలియాలి.

ఒక రోజు వర్షం బాగా పడింది. నీళ్ళు చాలా వచ్చాయి . నలువైపులా నీళ్ళే నీళ్ళు నిండి పోయాయి. తీవ్రమైన తుఫాను, తరువాత వడగళ్ళు. ఆ తరువాత కుంభవృష్టి. రోజంతా జల్లులు, చిరు జల్లులే. అన్నీ నిలిచి పోయాయి. ప్రజలు బయటికి వెళ్ళాలనుకున్న వెళ్ళ లేని పరిస్థితి.

పిల్లలు ఆడుకునే ఆట బొమ్మలను అమ్మే పని చేసే వాడు హరియా. పిల్లలతో కలిసి ఆడుతూ పాడుతూ అతనికి తెలియకుండానే పొద్దంతా గడిచి పోయేది. కాని ఆరోజు తీవ్రంగా వర్షం పడడంతో అతను కూడ బయటికి రాలేక పోయాడు. చందన్ తన గదిలో చదువుకుంటున్నాడు.

ఒంటరితనం హరియాను బాధిస్తుంది. ఒక్కోసారి చందన్ దగ్గర కూర్చుండి సమయం గడపాలని ఆలోచిస్తాడు., 'చందన్ చదువుతున్నాడేమో, అతన్ని ఇబ్బంది పెట్టడం ఎందుకు' అని గంటల కొద్ది అలా ఊగిసలాటలో ఉండిపోతాడు.. కాని ఒంటరిగా ఉండడం చాలా కఠినంగా ఉందతనికి. నిజానికి ఒంటరితనాన్ని భరించడం చాలా కష్టం.. సమయం గడపడానికి ఎవరో ఒకరు తోడుండాలి. చదువుకున్న వారికి పుస్తకాలలే మిత్రులవుతాయి. వారిని ఒంటరితనం ఎక్కువ ఇబ్బంది పెట్టదు. కాని హరియా ఏమాత్రం చదువుకోలేదు. అలాంటప్పుడు అతను తన ఒంటరితనం నుంచి ఎలా బయట పడగలడు. తనని తానూ చాలా అదుపు చేసుకున్నాడు.. కాని ఒంటరితనం అతనిని వదలలేదు. చివరకు అతని అడుగులు చందన్ గది వైపు నడిచాయి.

'వాతావరణం చల్లగా ఉందారోజు. ఎట్టకేలకు వర్షం అయితే పడింది. లేకపోతె ప్రజలు వర్షం కోసం తల్లడిల్లే వారు.'

హరియా ఈ మాటలను చందన్ తో అనలేదు. కాని అతని గది దగ్గరకు వచ్చి ఎంత గట్టిగా అన్నాడంటే చందన్ చెవుల్లో పడకుండ ఉండ లేక పోయాయి. చందన్ పుస్తకంలో నుంచి తల ఎత్తి తలుపు వైపు చూసాడు. గడప దగ్గర హరియా నిల్చున్నాడు. అతను పుస్తకాన్ని మూసేసి మంచం మీది నుంచి లేస్తూ అన్నాడు, 'రండి, లోపలికి రండి, బయటే ఎందుకు నిల్చున్నారు మీరు'.

'లేదు, ఊరకనే. నువ్వు చదువుకుంటున్నావు. నిన్ను ఇబ్బంది పెట్టడం ఎందుకు అని అనుకున్న.' హరియా సంకోచిస్తూ అన్నాడు.

'లేదు, లేదు, అలాంటిదేమీ లేదు. మీరు రండి, ఈ రకంగానైనా నాకు కూడా కొద్ది సేపు విశ్రాంతి దొరుకుతుంది.' అంటూ హరియా కూర్చోవడం కోసం మంచం తలగడ వైపు స్థలం ఇచ్చాడు చందన్.

చాలా వరకు తన పుస్తకాలలోనే మునిగి ఉండే వాడు చందన్. తన గదిలో నుంచి బయటకు వెళ్ళడం గాని, ఇతరులతో ఎక్కువ సేపు మాట్లాడడం గాని చేసే వాడు కాదు. కేవలం తన పనిలోనే మునిగి ఉండే వాడు. తనే అప్పుడప్పుడూ

రెండు మూడు మాటలు హరియాతో మాట్లాడితే మాట్లాడే వాడు లేకపోతే తన పని తప్ప మరెవరితో ఎలాంటి సంబంధం ఉండేది కాదు అతనికి. మొదట్లో ఇదంతా వింతగా అనిపించేది హరియాకు. చందన్ తో కొంత కాలక్షేపం అవుతుందని , సుఖ దు:ఖాలు పంచుకోవచ్చని, అన్నింటికీ తోడుంటాడని హరియా ఊహించాడు. కాని అతని వద్ద వీటన్నింటి కోసం సమయమే లేనట్లుంది. చందన్ ని తన దగ్గర పెట్టుకోవడం వల్ల తనకేం ఒరిగిందని ఆలోచించాడు.

అయితే ఇప్పుడు హరియా ఆలోచనల్లో చాలా మార్పు వచ్చింది. అతను ఆలోచించడం మొదలు పెట్టాడు, 'చందన్ మంచి పనే చేస్తున్నాడు. చదవడమే అతని పని అయినప్పుడు, చదువు కోసమే అతను ఇక్కడికి వచ్చినప్పుడు ఎందుకు చదువుకోకూడదు. చదువుకుని ఉన్నత విద్యను అందు కోవడమే అతని మొదటి లక్ష్యం. మిగతా పనులన్నీ తరువాతే. నా ఇక్కట్లన్నీ చెప్పితే అతనికి ఇబ్బందే అవుతుంది. నా బాధ చూసి అతను కూడా బాధ పడితే అతని చదువుకు కూడ బంగం కలుగుతుంది.' ఇలా ఆలోచించే హరియా కూడ ఎప్పుడు చందన్ తో ఎక్కువ మాట్లాడే ప్రయత్నం చేయలేదు.. ఈ రోజే మొదటి సారి. చందన్ దగ్గర వచ్చి కూర్చోవడం.

చందన్ దగ్గరకి రానైతే వచ్చి కూర్చున్నాడు. కాని ఏం మాట్లాడుతాడు. ఎక్కడి నుంచి మొదలు పెట్టాలి. తలా తోక ఉండాలి కదా. అతనికేమీ అర్థం కావడం లేదు.

చాలా సేపటి వరకు ఇద్దరు తలుపును, కిటికీని, పైకి చూస్తూ మౌనంగా ఉండి పోయారు. మౌనం ఎట్ల వీడుతుంది? ఇద్దరిలో ఎవరో ఒకరు మొదలు పెట్టాలి. ఒకసారి ఒకర్నొకరు చూసుకున్నప్పుడు హరియానే మౌనం వీడాడు, 'వాతావరణం ఒక్కసారిగా మారి పోయింది... కదా?'

'అవును కదా...!' చందన్ క్లుప్తంగా బదులిచ్చాడు. మళ్ళీ మౌనం.

ముసలి హరియా చందన్ ముఖం వైపు చూసాడు. ఆలోచించడం మొదలు పెట్టాడు, 'ఒకవేళ రాం ప్యారీ మరణించి ఉండి ఉండక పోతే, కొడుకుకు జన్మనిచ్చి ఉంటే ఇప్పటి వరకు వాడు కూడా ఇంతే పెద్దగా అయ్యి ఉండే వాడు.' అలా ఆలోచిస్తూ ఆలోచిస్తూ అతని అంతరంగంలో వాత్సల్యం పొంగి పొర్లింది ఒక్క సారిగా. చందన్ ని ముద్దాడాలని, కౌగిలించు కోవాలని, ఎత్తుకుని గెంతులు వెయ్యాలని, సంతోషంతో పిచ్చోడై పోవాలని అనిపించింది.

వర్షం ఏక ధాటిగా పడుతూనే ఉంది. మేఘాలు తమలో ఉన్న నీటినంత ఈ రోజే భూమ్మీద గుమ్మరించాలని అనుకుంటున్నాయేమో అన్నట్లుగా వర్షంతో పాటు తీవ్రమైన గాలి, వడగళ్ళు వాతావరణాన్ని చల్లగా మార్చేశాయి. ఆకాశాన్ని మేఘాలు కమ్ముకున్నాయి. దినమే చీకటిగా ఆవరించింది. చందన్ చూపులు కిటికీ బయటి వైపు కేంద్రీకృతమై ఉన్నాయి. గాలి కుదుపుతో చిన్న చిన్న వడగళ్ళ ముక్కలు కిటికీ లోంచి గది లోపలికి వచ్చి పడ్డాయి. వెంటనే మోకాళ్ళ దాక దోతీ, చిరిగి పోయిన కమీజు వేసుకున్న హరియా వైపు చూశాడు.

'మీరు అలా ఎందుకు కూర్చున్నారు, దుప్పటి కప్పుకుని మంచిగా కూర్చోండి' అలా అంటూనే దుప్పటిలో కొంత భాగం హరియా కాళ్ళ మీద కప్పాడు.

'వద్దు...వద్దు. నువ్వు కప్పుకో బిడ్డా! నాకు చలి పెట్టట్లేదు... అన్నింటినీ ఓర్చుకునే అలవాటయ్యింది నాకు.. నువ్వు యువకుడివి. అన్నీ విధాలుగా నువ్వు జాగ్రత్తగా ఉండాలి. ఇంకా నువ్వు చాలా చేయవలసి ఉంది. మాదేముంది... ముసలివాళ్ళం...నేడో రేపో చావాల్సిందే...చచ్చాక ఒరగ బెట్టేదేమీ లేదు ఈ ఎముకలతో. మిమ్ముల్ని జాగ్రత్తగా చూసుకోవడం మా ముసలోళ్ళ బాధ్యత... లేకపోతే మేముండి ఏం ఉపయోగం.' అంటూ ఒక తల్లి తన సంతానాన్ని ఒడిలోకి తీసుకుని ఎలా రక్షిస్తుందో అలాగే చందన్ ని నలువైపులా నుంచి దుప్పటి తో కప్పేసాడు హరియా.

ప్రేమను, ఆత్మీయతను ఎంతైనా సహిస్తాడు మనిషి. ద్వేషాన్ని, అవమానాల నుంచి తొందరగా బయట పడవచ్చు కాని ప్రేమ, మన అనే భావం నుంచి బయట పడడం ఎంత కష్టమో వాటిని పొందిన వారికే తెలుస్తుంది. ఎవరైనా చందన్ దగ్గరకు వచ్చి హరియా ప్రేమ నుంచి స్నేహం నుంచి, మన అనే భావం నుంచి బయట పడగలవా అని అడిగితె దాని జవాబు ఒక్కటే ... అదెప్పటికీ సాధ్యం కాదని.

తెలియని ఈ పట్టణంలోకి వచ్చినప్పుడు తనని తానూ ఎంత పరాయివాడుగా ఊహించుకునే వాడో. కాని హరియా ప్రేమ, మన అనే భావన పొందాక తన సొంత ఇంట వాళ్ళైనా ఇంతగా ప్రేమించగలరా అన్న ఆలోచనలనతో తన్మయత్వం చెందాడు. హరియా పట్ల గౌరవంతో అతని మనస్సు నిండి పోయింది. 'మీరు నన్ను ఎంతో ప్రేమగా చూసుకుంటున్నారు. మీ పట్ల కూడా కొంచెం శ్రద్ధ తీసుకోండి. అని అన్నాడు.

‘ఎక్కడ... నేనెక్కడ నిన్ను బాగా చూసుకుంటున్నాను.’ హరియా విస్మయంగా అన్నాడు.

‘అదేంటి అలా అంటున్నారు, నేనొచ్చినప్పటి నుండి చూస్తున్నాను కదా. ఎప్పుడు నా సుఖ సౌకర్యాల ఆలోచనే ఉంటుంది మీకు. మీగురించి ఆలోచించరెప్పుడు. నిజానికి నేను మిమ్మల్ని చూసుకోవాలి. మీకు విశ్రాంతి ఇవ్వాలి. అయితే దానికి బదులు నా గురించి మీరే ఇబ్బంది పడుతున్నారు.’ హరియా ప్రేమ, మన అనే భావనతో తన్మయత్వం పొందిన అనుభవంతో అన్నాడు చందన్.

‘నేనొక తాగుబోతుని బిడ్డా! నా పట్ల, ప్రపంచం పట్ల ధ్యాసే ఉండదు. ఇక నిన్నెలా పూర్తిగా చూసుకోగలను. బహుశ నిన్ను బాగా చూసుకోగలిగితే...’ హరియా బాధతో అన్నాడు.

‘కాదు... కాదు. ఆ విషయం కాదు. నాకు తెలుసు మీరు ఇతరుల మాదిరిగా తాగుబోతు కాదు. తాగే వ్యసనం ఉందని కూడ అనిపించదు. ఉందో లేదో కానీ మీ మనస్సుకు ఎదో పెద్ద గాయం తగిలింది. దానిని నుంచి బయట పడడానికి మందుని ఆలంబనగా చేసుకున్నారు.’ హరియాను బాధ నుంచి బయట పడేసే ప్రయత్నం చేసాడు చందన్.

ఏ గాయం, బాధనైతే సంవత్సరాలుగా మౌనంగా సహిస్తూ వచ్చాడో హరియా, దేని గురించి ఆలోచించకుండా ఉన్నాడో ఈ రోజు ఆ గాయాన్నే కుదిపాడు చందన్. గుండెల నిండా నిండిన బాధతో లోలోపలే కుమిలి పోయాడు. అతని హృదయం భారంగా మారి పోయింది. కళ్ళల్లో గిర్రున నీళ్ళు తిరిగాయి.

కాని హరియా తనని తాను సముదాయించుకుని, తన బాధని దాచుకుంటూ మాట మార్చేసి లేచి నిల బడ్డాడు, ‘నేనెంత పిచ్చోడిని. బుద్ధిగా చదువుకుంటున్న వాడివి. అనవసరంగా నీ సమయాన్ని వృథా చేశాను. వయస్సుతో పాటు నా బుద్ధి కూడా మందగిస్తున్నట్లుంది. చదువు బిడ్డా చదువు. కష్టపడి మనస్సు పెట్టి చదువు. పెద్ద పెద్ద చదువులు చదువు. ఉన్నత స్థానానికి ఎదుగు.'

చందన్ కు ఏమాత్రం మాట్లాడడానికి అవకాశం ఇవ్వకుండా లేచి బయటకు వెళ్లి పోయాడు. చందన్ అతన్ని విచిత్రంగా చూస్తూ ఉండిపోయాడు.

5

తినడానికి రొట్టె తీసుకుని కూర్చున్నాడు సుఖ్యా. అంతలోనే చాటింపు వేస్తున్న గొంతు చప్పుడు అతని చెవులో పడింది. 'డబ్ డబ్ డబ్... గ్రామ ప్రజలందరికి ముఖ్యమైన ప్రకటన. డబ్ డబ్ డబ్... ఎవరైతే ఇప్పటి వరకు పన్ను కట్ట లేదో వారు ఈ రోజే తమ పన్ను కట్టాలి. అమీన్ సాహబ్ వచ్చి ఉన్నారు. ఎవరైతే పన్ను కట్టరో వారి భూమి కబ్జా చేయడం జరుగుతుంది. డబ్ డబ్ డబ్....' సుఖ్యా కొయ్య బారి పోయాడు. చేతిలోని రొట్టె ముక్కను ఉన్నదున్నట్లు పళ్ళెంలో పడేసి. చేతులు కడుక్కుని నిలబడ్డాడు.

మట్టి పొయ్యి మీద పిడకల నిప్పుతో రొట్టెలు కాల్చుతున్న రమియా చాటింపు వినలేదు. ఆమె ఇంకేవో ఆలోచనలో మునిగి పోయి ఉంది. తినడం ఆపేసి సుఖ్యా ఆ రకంగా లేచి నిలబడే సరికి నిర్ఘాంతపోయి. 'ఏమైంది?' అన్నది రమియా

'ఏం లేదు,' సుఖ్యా మాట మార్చే ప్రయత్నం చేశాడు. కాని రమియా ఊరికే వయస్సు మళ్ళిందేం కాలేదు. తన అనుభవమైన కళ్ళు ఏదో చెడు జరిగిందని వెంటనే పసి గట్టాయి. ఎందుకంటే ఇంతక ముందెన్నడూ కూడా ఇలా మధ్యలో తిండి విడిచి పెట్టి లేవలేదు సుఖ్యా. అందుకే ఆమె అడిగింది. 'ఏదో అయ్యింది?'

అతనేదో లోతైన ఆలోచనలో ఉన్నాడని వాడిపోయిన సుఖ్ఖా మొహం చెప్పుతుంది. ఆకస్మికంగా ఈ ఉదాసీనత ఆవరించడానికి గల కారణం తెలుసుకోవాలనుకుంది రమియా. కాని సుఖ్ఖా గుడిసె (ఇంటి)నుంచి బయటికి వచ్చేసాడు. రమియా తల పట్టుకుని కూర్చుండి పోయింది.

'ఏదో జరిగే ఉంటుంది.' రమియాకు ఇక ఈ విషయంలో ఎలాంటి సందేహం లేదు. ఆమె మనస్సు కూడ ఆందోళనకు గురయ్యింది. పెనం మీదున్న రొట్టెను, పిండిని అట్లాగే వదిలేసి పిండి చేతులతోనే సుఖ్ఖా వెనకాలే ఆమె కూడా బయటికి వచ్చేసింది. సుఖ్ఖా కాళ్ళ దగ్గర ఎదురుగా కూర్చుంటూ అంది, 'ఏంటీ, ఏమైంది నీకు?'

'ఏం కాలేదు. ఊరికెనే ..' సుఖ్ఖా మళ్ళీ మాట మార్చే ప్రయత్నం చేశాడు.

కాని రమియాలో ఆందోళన పెరుగుతూనే ఉంది. ఏమీ కాక పోతే ఇలా తల పట్టుకుని ఎందుకు కూర్చున్నావు? ' ఒంట్లో బాగానే ఉందా?' రమియా అడిగింది.

'ఆ...బాగానే ఉన్న,' రమియా విషయం తెలుసుకుని ఎక్కడ కష్ట పడుతుందోనని సుఖ్ఖా మళ్ళీ తప్పించే ప్రయత్నం చేశాడు.

సుఖ్ఖా మాట మార్చే ప్రయత్నం ఎంత చేసినా కూడా అంత కన్నా ఎక్కువ రమియా తెలుసుకోవాలని తపన పడుతూనే ఉంది. '..మరీ ఏమైంది నీకు? ... అలా రొట్టెను వదిలేసి ఒక్కసారిగా లేచి వచ్చేశావు? కూరలో ఏమైనా ఉప్పు కారం ఎక్కువయ్యిందా ఏమీ? రొట్టెలో రాల్లేమైన వచ్చాయా...? లేకపోతే ఇంకేమైనా అయ్యిందా...? చూడు... ఇప్పటి వరకు మన జీవితంలో నువ్వే అన్నీ బరించుకుంటూ వచ్చావు... మంచో చెడో ఎలా ఉన్న ... అంతా మంచే జరగాలనే ప్రయత్నం నేను చేస్తాను. కానిప్పుడు ముసలి దాన్నయ్యాను. చేతులు కాళ్ళు సరిగా ఆడవు. చూపు కూడా కాస్త మందగించింది ...నా చేతుల్లో ఏమీ లేదు. ఇక నువ్వే చెప్పు నేనేమీ చేయాలో?'

'లేదు..రమియా. అలాంటిదేమి లేదు. అనవసరపు విషయాలు అలోచించి నువ్వు నీ మనస్సు పాడు చేసుకుంటున్నావు.' సుఖ్ఖా నచ్చ చెప్పాలనుకున్నాడు.

కాని రమియా మనస్సు ఒప్పుకోవడం లేదు. సుఖ్ఖా మానసిక వేదనను తెలుసుకోవాలని ఆమె తపన పడుతుంది. 'మరేమీ లేక పోతే ఉన్నట్టుండి

ఇంత కంగారు పడడానికి కారణం ఏంటో చెప్పొచ్చు కదా! దాయడానికి నేనేమైనా పరాయి దానినా. ఒకరికొకరు సహకరించుకోడానికి, కష్ట సుఖాలు పంచుకోవడానికి ఒట్టు పెట్టుకున్నాం కదా. మరి నీ మనసులోని మాట నా దగ్గరే దాచిపెడితే ఇంకెవరితో చెప్తావు?'

'...' సుఖ్ఖా ఇంకా మౌనంగానే ఉన్నాడు.

సుఖ్ఖా మౌనం ఆమెను మరింత ఆందోళనకు గురి చేస్తుంది.. ఈ సారి ఆమె నచ్చచెప్పే ధోరణిలో అంది. 'చూడు.. నువ్వు ఏ కష్టంలో ఉన్నావో చెప్పక పోతే ఎట్ల దూరమైతది. నేను నీ భార్యని. నీ కష్ట సుఖాలే నా కష్ట సుఖాలు. ఇద్దరం కలిసి ఆలోచిస్తే ఏమైనా మార్గం దొరుకుతుందేమో.. మన బాధలు తీరుతాయేమో... నేను ముసలి దానిని అయిపోయానని, దేనికి పనికి రానని.., ఏ సహాయం చేయలేనని ఆలోచిస్తున్నావేమో. కాని చూడు, ముసలి దానినే, వయసు కూడా మీద పడింది. అది నా చేతిలో లేదు. కాని ధైర్య సాహసాలకు ఎవరికన్నా తక్కువేమీ కాదు. ఇప్పటికీ. నీ కోసం ఎంత పెద్ద త్యాగమైనా చేయగలను! కాని నువ్వు అసలు విషయం చెప్పితే కదా, ఇంతకీ విషయమేమిటి, ఇంత దుఃఖంలో ఎందుకున్నావు?'

భావుకతలో ఆమె ప్రవహిస్తుంటే సుఖ్ఖా మౌనంగా ఉండిపోయాడు. ఆమె ఏవేవో ఆలోచిస్తుంది. అయినా రమియా మాటలను అతను ఎలా కాదనగలడు. భుజంతో భుజం కలిపి జీవితాంతం అతనితో కలిసి పోరాటం చేసింది. ఆకలి దప్పిక వదిలి రాత్రింబవళ్ళు కష్టపడింది. తన సుఖం, దుఃఖం మరచిపోయి అతని కోసమే ఆలోచించింది. అతని కోసం ఎవరైతే తనని తాను త్యాగం చేసిందో ఆమెతోనే ఎలా దాచేది. ఈ రోజు వరకు సుఖ్ఖా ఆమె దగ్గర ఏమీ దాచలేదు. ఈ రోజు తన మనసులోని మాటను రమియాతో చెప్పకుండా ఎలా దాచగలడు.

'నువ్వు చాటింపును వినలేదా' అంటూ రమియా వైపు చూసాడు.

'లేదు, నేనేమి వినలేదు. నేనైతే రొట్టెలు చేయడంలో మునిగిపోయాను. ఏం చాటింపు వేశాడు, చెప్పు' చాటింపులో ఏ విషయం ఉందో తెలుసుకోవాలనే ఆతృతలో ఉంది రమియా.

'పన్ను వసూలు చేయడానికి అమీన్ వచ్చాడు. ఇవ్వక పోతే కబ్జా చేస్తారు.' అని మౌనంగా ఉండి పోయాడు సుఖ్ఖా.

కబ్జా మాట వినగానే రమియా మొఖం కూడా దిగిపోయింది. కాళ్ళ క్రింద భూమి కదిలినట్లు అనిపించింది ఆమెకు. ఎలాగోలా నిలదొక్కుకుంది. సుఖ్ఖాకు ధైర్యం చెప్పింది, 'ఎవరి దగ్గరికైనా వెళ్లిచూడు.'

'ఎవరి దగ్గరకు వెళ్ళను. చిల్లి గవ్వ కూడా ఇవ్వడానికి ఎవ్వరు సిద్దంగా లేరు. ఎక్కడి నుంచి ఇస్తారు.' అని ఒకసారి రమియా వైపు చూసి తిరిగి కళ్ళను శూన్యంలోకి దించాడు.

'లాలా దుర్గాదాస్ దగ్గరకైనా వెళ్ళొస్తే.' రమియా సలహా ఇచ్చింది.

'వెళ్ళినా లాభం లేదు, అతను కూడా ఇవ్వడు. వస్తువులున్నంత వరకు తాకట్టు పెట్టుకుని ఇచ్చాడు, ఇప్పుడేమీ మిగలలేవు కాబట్టి అతను కూడా ఏమీ ఇవ్వడు. కొన్నాళ్ళ కిందే వెళ్లాను. అప్పుడు కూడ తిరస్కరించాడు... ఇప్పుడు ఎక్కడ, ఏ ఆశ లేదు రమియా. అన్నీ వైపులా చీకటే– చిమ్మ చీకటి.' నిరాశతో తల పట్టుకుని అటు ఇటూ ఊపడం మొదలు పెట్టాడు సుఖ్ఖా.

ఆలోచనలో మునిగి పోయాడు. 'చెడు రోజులు వచ్చినప్పుడు జరగాల్సిన పని కూడ జరగదు. కూలి నాలి చేసి ఒకటి రెండు ఎకరాల కొన్నాడు. ఒక గేదెను కూడా పెంచుకున్నాడు. తినడానికి కొద్దో గొప్పో పొలం నుంచి ధాన్యం వచ్చేది. ఇంకొంత ఠాకూర్లు, జమిందారుల పొలంలోని కల్లం నుంచి. గేదె పాలను అమ్మితే కూరగాయలు, ఖర్చులకు సరి పోయేవి. బాగానే పని నడిచేది. ఇంట్లో కూడా బాగానే గడిచేది. చందన్ ఖర్చులకు కూడా సరి పోయేది. కాని కాలం దెబ్బకు అన్నీ పాడయ్యాయి.

ఒకసారి పశువులకు డిఫ్తీరియా రోగం వ్యాపించింది. అనేక పశువులు ఆ రోగానికి బలయ్యాయి. సుఖ్ఖ గేదె కూడా ఆ రోగానికి గురై చనిపోయింది. చేతిలో డబ్బులు ఉంటే మరోక గేదెను కొనుక్కునే వాడు సుఖ్ఖా. కాని చందన్ చదువు ఖర్చులకే కష్టంగా సమకూరుతున్నాయి. అతనా వేరే పనులేమీ చేయలేడు. పరీక్షలున్నాయని, ఫీజు కోసం రెండు వందల రూపాయలు కావాలని చందన్ నుంచి ఉత్తరం వచ్చింది. ఫీజు కట్టకపొతే అతను పరీక్షలు రాయలేడు. ఇప్పటి వరకు కష్ట పడ్డదంతా నీళ్ళ పాలవుతుంది. అతని భవిష్యత్తు వ్యర్థమై పోతుంది.

ఆలోచిస్తుంటే సుఖ్ఖా తల తిరుగుతుంది. అతను ఎక్కడి నుంచి తేగలడు. ఆభరణాల పేరు మీద రమియా కాళ్ళు, చేతులకు ఉన్న కొద్దిపాటి సొమ్ములు

కూడ ముందే అమ్ముడు పోయాయి. పాపం రమియా కాళ్ళు చేతులు కూడా బోసిగానే ఉన్నాయి. రాత్రింబవళ్ళు చెప్పులు లేకుండ తిరగడంతో ముల్లు, మొలలు గుచ్చుకుని ఆమె పాదాలు గాయాల మయమయ్యాయి. కనీసం ఒక జత చెప్పులకు కూడ నోచుకోలేదు. సుఖ్ఖా దగ్గర ఒక చిన్న ధోతీ, చిరిగి మైల పడ్డ కుర్తా, రమియా దగ్గర ఒక పెటికోట్, కమీజు, కప్పుకోడానికి ఓ చిన్న గుడ్డ పేగు. దానికి అక్కడక్కడ కుట్లు. ఇల్లు ఇంతక ముందు నుంచే లాలా వద్ద తాకట్టు పెట్టబడింది. దాని చెల్లింపు తేదీ కూడా దగ్గర పడుతుంది. తేదీ పూర్తవ్వగానే లాలా అందులో ఉండనిస్తాడా. చాలా తెలివైన వాడు. ఒక్క రోజు కూడా ఉండనివ్వడు. ఉన్న ఈ రెండు గేదెలు కూడ ఉండవు. ఇప్పుడేమవుతుంది? ... తల ఎక్కడ దాచుకునేది? పూట ఎట్లా గడిచేది? ...ఏం బతుకురా...'

సుఖ్ఖా ఆలోచించిన కొద్దీ దుఃఖం, బాధ రెండు ఆవరిస్తున్నాయి. తన కన్న ఎక్కువ చందన్ గురించి ఆలోచిస్తుంటే అతని మనసు కకావికలమవుతుంది. 'తన కష్టం సుఖం సరే. కాని చందన్ ఏమవుతాడు. అతని చదువు మధ్యలోనే ఆగి పోదు కదా? అతని కోరికల గొంతుని పిసికేయడమేనా? ఉన్నత స్థానానికి చేరుకోవాలనే అతని ఆశ ఇసుక గూడు మాదిరి చెదిరి పోవలసిందేనా? నేను బతికి ఉండగానే నా ఒక్కగానొక్క కొడుకు తన చదువుని వదిలేసి నాలాగే దోపిడీ, విధ్వంసపు బానిస చట్రంలో నలిగి పోవలసిందేనా? అతను కూడా నాలా షావుకారుల కాళ్ళ మీద పడాల్సిందేనా? ఠాకూరు, జమీందారులు, వాళ్ళ పిల్లల చేత నానా మాటలు పడాల్సిందేనా? అతను కూడా బెల్లంలో తడిపిన, ఉల్లిపాయలతో ఎండిన రొట్టెలు తింటూ రోజులు గడపవల్సిందేనా? అతను కూడా నా లాగే పశువుల మాదిరి జీవించ వలసిందేనా?'

భరించలేని వ్యథతో సుఖ్ఖా వణకడం మొదలు పెట్టాడు. అతను చైతన్యం కోల్పోతున్నాడు. ఆ సమయంలో తాను అనుభవిస్తున్న దుఃఖం, బాధ ముందు ఎవరైనా వచ్చి గొంతు నులిమినా, ఎవరో వచ్చి కత్తితో గుండెల్లో పొడిస్తే కలిగే దుఃఖం కన్నా కూడా తక్కువే.

ఛాతీలో కత్తి దిగినా, తూటా తగిలినా నొప్పి కొద్ది సేపే ఉంటుంది. కొన్ని క్షణాలు మాత్రమే మనిషి తల్లడిల్లుతాడు, గిలగిలలాడుతాడు. భరిస్తాడు. కాని జీవితాంతం అవమానాలు, అత్యాచారాలు, అంతం లేని దోపిడీ నుంచి ఎలా బయట పడేది. ఎలా భరించేది. గాయాలతో నిండిన తన మస్తిష్కాన్ని సుఖ్ఖా

ఎలా శాంత పరచ గలదు. ఒక వ్యక్తి జీవితంలో దుఃఖం మాత్రమే ఉన్నప్పుడు సుఖ శాంతులను ఎలా ప్రవహింప చేయగలదు. 'ఇది చూడడానికేనా నేనింకా బ్రతికి ఉంది. ఇంకా ఏం మిగిలుందని నా తల రాతలో'. రాయికి తన తలను గట్టిగా కొట్టుకోవాలని సుఖ్ఖాకి అనిపించింది.

రమియా కు ఊపిరి ఆడనంత పనయ్యింది. ఆమె గొంతు బొంగురు పోయింది. చాలా సార్లు ఏదో చెప్పే ప్రయత్నం చేసింది. కాని గొంతు బొంగురు పోవడంతో మాటలు పెకల్లేదు. ఇల్లుని కోల్పోయి ఇల్లు వాడలు చక్కర్లు కొట్టడం ఊహించుకోగానే ఆమెకు చెమటలు పట్టాయి. పాపం ఆమె కూడా ఏం చేయగలదు. మగాడయిన సుఖ్ఖానే ఏమీ చేయలేకపోతే ఒక ముసలి ఆడది ఏం చేయగలదు!

నలు వైపులా నిర్మానుష్యం ఆవరించి ఉంది. సుఖ్ఖా మరియు రమియా ఇద్దరు ఆ గాఢమైన నిర్మానుష్యంలో మునిగి పోయారు. సుఖ్ఖా ఎక్కువ గాభరా పడ్డాడు. అతనే ఆ నిర్మానుష్యాన్ని చేదిస్తూ అన్నాడు. 'రమియా మనమేం పాపం చేశామని ఇలాంటి రోజులు చూడాల్సి వస్తుంది?'

రెండు చేతుల్లో ముఖం పెట్టి ఏడ్వడం మొదలు పెట్టాడు. 'ఓరీ దేవుడా! మమ్మల్ని తీసుకుపో. అన్నీ భరిస్తాం. ఎన్నీ ఇబ్బందులైనా ఇవ్వు. అన్నీ కష్టాలను సహిస్తాం. పస్తులుంటాం. కాని చందన్ కు అన్యాయం చేయకు. వాడి జీవితం పాడవుతుంటే చూడలేం. ఎప్పటికీ చూడలేం.' వెక్కి వెక్కి ఏడుస్తున్నాడు సుఖ్ఖా.

రమియాకు కన్నీళ్లు ఆగలేదు. ఆమె గుండె బరువెక్కింది. చీర కొంగును నోట్లో పెట్టుకుని ఎక్కిళ్ళను ఆపుకుంటూ ఏడుస్తూ లోపలికి వెళ్లి పోయింది. ఊపిరి పీల్చుకుంటూ మంచం మీద పడి పోయింది.

6

ఆ రోజంతా ఇద్దరిలో ఎవ్వరు కూడ ఏమీ తినలేదు. తాగలేదు. సుఖ్హా కంచెంలో పడి ఉన్న ఒకట్రెండు రొట్టెలను ఎలుకలు లాక్కు పోయాయి. మిగిలిన వాటిని కుక్క ఎత్తుకు పోయింది. తడిపిన పిండిని మరో కుక్క తినేసింది. రొట్టెను ఎత్తు కెళ్తున్న కుక్కను గాని, పిండిని తింటున్న కుక్కను గాని వారిద్దరూ ఏమీ అనలేదు. చేతిలో నుండి అన్నీ చేజారి పోతున్నపుడు ఈ రెండు రొట్టె ముక్కలు ఓ లెక్కా. గుడిసెలో ఉన్న రమియా కన్నీళ్లు కారుస్తూనే ఉంది. బయట మంచం మీద సుఖ్హా పడుకుంటూ, లేస్తూ అటు ఇటూ తిరుగుతూ లేచి కూర్చుంటూ, ఆకాశం వైపు చూస్తూ,. భూమిని గిల్లుతూ ఆలోచనల సుడిగుండంలో పడుతూ, లేస్తూ ఉన్నాడు.

సాయంత్రమవుతుంది. రోజంతా అలసిపోయిన సూర్యుడు విశ్రాంతి కోసం వెనుతిరిగాడు. పొద్దు పొద్దున్నే అడవికి పోయిన పశువులు ఇళ్ళలోకి తిరిగి వస్తున్నాయి. పక్షుల కోలాహలం. పిల్లల సందడి పెరుగుతుంది.

అయితే సుఖ్హా రమియాలు ఎలాంటి చడీ చప్పుడు లేకుండ తమ సమస్యలతోనే సతమతమవుతున్నారు. రోజంతా పడిన బాధ, ఆవేదన నుంచి ముందుగా రమియానే బయట పడింది. నిరాశ, అంధకారం నుండి బయట

పడడానికి ఆమెకు ఒక ఉపాయం తోచింది. అన్యమనస్కంగా లేచి సుఖ్ఖా వద్దకు వచ్చింది. 'ఏమయ్యా...'

'ఊ ... చెప్పు..' రమియా పిలుపు సుఖ్ఖా యొక్క నిద్రమత్తును దూరం చేసింది.

'ఠాకూరు గారినే ఒకసారి కలిస్తే...అతను తలచుకుంటే అన్నీ అవుతాయి...' తన మనసులోని మాట సుఖ్ఖా ముందు ఉంచింది.

సుఖ్ఖాను ఏదో విష సర్పం కాటేసినట్లయింది. 'ఏమన్నావు... ఠాకూరు గారి దగ్గరికా...మరచి పోయావా...?' గతం తన కళ్ళెదుట తిరిగింది.

చదువుకోవడం కోసం చందన్ పట్టణం పోయినప్పుడు మొత్తం గ్రామంలో భూకంపం వచ్చినట్లయింది. బ్రాహ్మణులు, ఠాకూర్లు అందరి కళ్ళు ఎర్రబడ్డాయి. ఏదో జరగ కూడనిది జరిగినట్లు, ఏదో భయంకరమైన అనర్థం జరిగి పోయినట్లయింది. బ్రాహ్మణులు, ఠాకూర్లు, శావుకారులు, వడ్డీ వ్యాపారులు అందరు ఉన్నారు ఆ గ్రామంలో. బాగా డబ్బున్న వాళ్ళు. పెద్ద పెద్ద హోదా కలిగిన వాళ్ళున్నారు. అయితే ఈ రోజు వరకు ఏ ఒక్కరి కొడుకు కూడా చదువు కోసం పట్టణం వెళ్ళలేదు. కాని మాదిగ కులం వాడైనా సుఖ్ఖా కొడుకు మాత్రం చదువుకోసం పట్టణం వెళ్ళాడు. అందరి ముక్కు తెగిపడ్డట్లు అయ్యింది. ఒక మాదిగ వాడు అందరి తల మీద ఉచ్చ పోశాడు. ముందు మెల్లమెల్లిగా గుసగుసలు మొదలయ్యి ఆ తరువాత తీవ్రమైన వ్యతిరేకతగా మారాయి.

అందరికన్నా ముందు సుఖ్ఖాకు మెల్లె కన్ను పండితుడితో కయ్యం మొదలైంది. మెల్లెకన్ను పండితుడి అసలు పేరు శ్రీరాం శర్మ. కాని చిన్నప్పుడు మశూచి బారిన పడడంతో ఒక కన్ను పోయింది. అప్పటి నుండి మెల్లె కన్ను రాం అని పిలవడం జరుగుతుంది. మెల్లె కన్ను రాం మూడో తరగతి వరకు చదువుకున్నాడు. పండిత పౌరోహిత్యం పూర్వీకుల వ్యాపారం. అందువలన ధార్మిక కార్యాల పేరు మీద ఏవైతే చేస్తారో, చేయిస్తారో వాటన్నింటిని మెల్లె కన్ను రాం నేర్చుకున్నాడు. కొన్ని సంస్కృత శ్లోకాలను కూడ కంఠస్థం చేశాడతను. తండ్రి మరణించాక అతను కూడా బ్రతుకుతెరువు కోసం వంశ పారంపర్య వ్యాపారాన్నే ఎంచుకున్నాడు. అది కాకుండా వేరే ఏ పని మాత్రం చేయగలడు. ఎక్కడైనా ఉద్యోగం సంపాదించడానికి పెద్దగా చదువుకోలేదు. ఉద్యోగం కాకుండ ఏదైనా కూలీ నాలీ చేసుకోవడమో, మరేదైనా పని చేయడమో బ్రాహ్మణుడికి సౌకర్యంగా ఉండదు, గౌరవ ప్రథమూ కాదు. వేరొక దేశంలోనో, కులంలోనో పుట్టి ఉంటే

ఆకలితో చచ్చేవాడు మెల్లె కన్ను రాం. అందుకే భారతీయ సమాజ వ్యవస్థ వర్ధిల్లు గాక. ఇక్కడ బ్రాహ్మణుడు ఆకలితో చచ్చి పోయే పరిస్తితియే ఉండదు. వ్యక్తి పుట్టినప్పటి నుండి చచ్చే వరకు జనాల నుండి ఏదో ఒక రూపంలో బ్రాహ్మణుడు పన్ను వసూలు చేస్తూనే ఉంటాడు. ఒక బ్రాహ్మణుడు ఎంత నిరక్షరాస్యుడైన, అయోగ్యుడైన, అసమర్థుడైన పండిత పౌరోహిత్యంతో సుఖంగా గౌరవ ప్రథమైన జీవితం గడపవచ్చు. అలాంటప్పుడు మెల్లె కన్ను రాం కూడా పౌరోహిత్యాన్ని వదిలి వేరే పని చేయడానికి ఎందుకు ఇష్టపడతాడు. అయినా పౌరోహిత్యం వృత్తితో ప్రజలను మూర్ఖులను చేసి చక్కగా జీవించ వచ్చని అతనికి బాగా తెలుసు. పండిత కార్యాలు చేయడం చేతనే అతని పేరు మెల్లె కన్ను పండితుడిగా స్థిరపడి పోయింది.

మెల్లె కన్ను పండితుడి తాతకు జ్యోతిష్యంలో మంచి ప్రావీణ్యం ఉండేదని అందరూ చెప్పుతారు. భూత ప్రేత తదితర వాటికి వైద్యం కూడా చేసే వాడట. అతని తండ్రి కూడ అంతో ఇంతో తెలివైన వాడే. అయితే మెల్లె కన్ను పండితుడికి ఎలాంటి తెలివి లేదు. కాని ప్రజలు మాత్రం అతన్ని నమ్ముతారు. తాత, తండ్రి జ్యోతిష్యంలో అంత గొప్ప పండితులు కాబట్టి మెల్లె కన్ను పండితుడికి కూడ కొద్దో గొప్పో తెలిసి ఉండవచ్చు అని ప్రజల విశ్వాసం. ఏమీ తెలియకుండ ఉండడం సాధ్యం కాదు. ఈ నమ్మకంతోనే ప్రజలు అతని వద్దకు వెళ్ళే వారు. చేతులు చూయించుకోవడానికో, భవిష్యత్తు తెలుసుకోవడానికో లేదా భూత ప్రేతాల నుండి తప్పించుకోవడానికో వెళ్ళేవారు. విద్య లేక పోతే ఏమిటీ మెల్లె కన్ను పండితుడి దగ్గర తెలివి అయితే ఉంది. ఆయన ఎప్పుడు కూడ ఎవ్వరిని నిరాశ పరచలేదు. అందరి చేతులు చూసే వాడు. భవిష్యవాణి చెప్పే వాడు. మంత్ర తంత్రాలు ఊదే వాడు. ఇన్నీ పనులు చేసే మెల్లె కన్ను పండితుడికి దేనికి లోటులేదు. దాన దక్షినాలకు కొదవే లేదు . పైగా గ్రామంలో గుడి పూజారి పనులు కూడ తనే చూసేవాడు. ప్రసాదం, కానుకల రూపంలో అనేక వస్తువులు వచ్చేవి. పూలు, తీపి పదార్థాలు, దుస్తులు. ఇంకా విడిగా నగదు కూడ. ఠాకూరు హరనాం సింగ్ భవనం దక్షిణం వైపున ఉంది. అతనికి రెండంతస్తుల ఇల్లు ఉంది.

ఎదురు పడగానే మెల్లె కన్ను పండితుడన్నాడు, 'విన్నాను సుఖ్యా విన్నాను, నీ కొడుకు చదువుకోడానికి పట్నం పోయాడట కదా?'

'అవును. పండిత్ గారు. పోనైతే పోయాడు మీ ఆశీర్వాదంతో'. సుఖ్ఖా ఎంతో వినయంగా బదులిచ్చాడు.

సుఖ్ఖా నోటిలో నుండి అవును అనే మాట రాగానే మెల్లె కన్ను పండితుడు కోపంతో ఊగి పోయాడు, 'దాన్ని ఆశీర్వాదమంటావా, పాపం చేసావు. మహా పాపం చేసావు నువ్వు'.

'ఏమంటున్నారు పండిత్ గారు.' పాపం అనే మాట వినగానే సుఖ్ఖా ఉలిక్కి పడ్డాడు. గ్రామాలలో పాపం, అధర్మం అనే మాటలతో ఎక్కువగా భయ భ్రాంతులకు గురయ్యేది దళితులు, అణగారిన ప్రజలే.

అనుకోకుండా అదే సమయంలో ఠాకూరు హరనాం సింగ్ కూడా అటు వైపే వచ్చాడు. ఠాకూరు గారిని చూడగానే మెల్లె కన్ను పండితుడు అకస్మాత్తుగా కోపంతో అన్నాడు, 'చూడు సుఖ్ఖా నీవెంత గొప్పోడి వైనా ధర్మ శాస్త్రాల కంటే గోప్పోడివి కాలేవు. ధర్మ శాస్త్రాలను, వేదాలను అవమాన పరుస్తున్నావు. చేసిందంతా చేసి మళ్ళీ ఏమైందని అడుగుతున్నావు, నాస్తికుడా...!'

మెల్లె కన్ను పండితుడు చాలా గట్టిగా అరవడంతో సుఖ్ఖా గాభరా పడ్డాడు. మెల్లె కన్ను పండితుడు కోపంగా వ్యవహరించడం చూసి అతనికి ఆశ్చర్యమేసింది. ఠాకూర్లు, బ్రాహ్మణులు కోపించడం మంచిది కాదని అతనికి తెలుసు. అందుకే దీనంగా గిలగిలలాడుతూ అన్నాడు, 'పండిత్ గారు తెలిసి ఏ తప్పు చేయ లేదు. తెలియక ఏమైనా చేస్తే మన్నించండి.'

సుఖ్ఖా గిలగిల కొట్టుకున్నా మెల్లె కన్ను పండితుడి మీద ఎలాంటి ప్రభావం పడలేదు. పైగా మరింత కోపంతో అన్నాడు, 'పశ్చాత్తాపం పడాలి సుఖ్ఖా పశ్చాత్తాపం . వెంటనే కబురు పెట్టి పట్నం నుంచి నీ కొడుకుని తిరిగి రమ్మను. చేసిన పాపం సరిదిద్దుకునే ఆలోచన చెయ్.

ఠాకూరు గారు దగ్గరకు వచ్చాడు. మెల్లె కన్ను పండితుడు కోపంతో ఉండడం చూసి అడిగాడు, 'ఏమైంది మెల్లె కన్ను పండితుడా..ఎందుకు కోపంగా ఉన్నావు?'

'గ్రామంలో ఇంత పాపం పండుతుంటే కోపం రాక మరేం వస్తుంది. బ్రతికుండగా ఈగను మింగలేం ఠాకూరు గారు.' కోపం, ఏహ్య భావంతో ఒకసారి అతను సుఖ్ఖా వైపు చూసి ఠాకూరు గారి వైపు తిరిగాడు.

'ఇంతకూ ఏమైంది? విషయం చెప్పు.' ఠాకూరు గారు అడిగారు.

'అవ్వడానికి ఇంకా ఏం మిగిలుందని ఠాకూరు గారు. తండ్రి కొడుకులిద్దరూ అందరి మొహాలను నల్లగా చేశారు.' అంతే కోపంతో మెల్లె కన్ను పండితుడన్నాడు.

ఠాకూరు గారు సుఖ్ఖా వైపు తిరిగి చూసాడు. సుఖ్ఖా తల దించుకున్నాడు.

'ఏం సుఖ్ఖా, ఏమైంది?' సుఖ్ఖాని అడిగారు ఠాకూరు గారు.

సుఖ్ఖా కాళ్ళు వణకడం మొదలయ్యింది. ఏం చెప్పాలి. ఏమని బదులివ్వాలి ఠాకూరు గారికి. కొంచెం ధైర్యం తెచ్చుకుని అన్నాడు, 'దొరా మీరే తల్లిదండ్రులు. మీరిచ్చిందే తింటాం. మీ బానిసలం. ఎల్లప్పుడూ మీ సేవలోనే ఉంటాం. కాని నా కొడుకు ఒప్పుకోలేదు. పై చదువులు చదువుతానని మొండి కేసి పట్నం వెళ్ళి పోయాడు'

ఠాకూరు గారు ఏమీ అనక ముందే మెల్లె కన్ను పండితుడన్నాడు, 'మీరు కూడ విన్నారు కదా ఠాకూరు గారు. ఈ రోజు వరకు ఎవరి కొడుకు కూడ చదువుకోడానికి పట్నం వెళ్ళలేదు. తరతరాలుగా మనందరి పూర్వీకులు ఈ గ్రామంలోనే ఉంటూ వచ్చారు. ఎప్పుడు కూడ బ్రాహ్మణ, ఠాకూర్ల పిల్లలు గాని లేదా షావుకారుల పిల్లలు గాని ఇంత పెద్ద చదువులు చదువ లేదు. కాని ఎందుకు పనికిరాని వీడు, ఈ మాదిగోడి కొడుకు మనందరి మొహాలను నలుపు చేయడానికి బయలు దేరాడు – కొడుకుని ఉన్నత చదువుల కోసం పట్నం పంపాడు. ఇది అవమానం ఠాకూరు గారు. మనందరికీ చెంప పెట్టులాంటిది.

మెల్లె కన్ను పండితుడి మాటలు వినగానే ఠాకూరు గారి రక్తం ఉడికి పోయింది. కోపంతో అతని ముఖం ఎరుపెక్కింది. కాని తనను తానూ నియంత్రించుకున్నాడు. మాటను మార్చుతూ వినమ్రంగా అన్నాడు, 'మాకు తెలుసు సుఖ్ఖా, కుర్రాడు కొత్త తరం వాడు. చదువుకున్నాడు. కొంత పైకి రావాలని, సంపాదించాలని అనుకుంటున్నాడేమో. కాని దాని కోసం ఇల్లు వదిలి పట్నం పోవలసిన అవసరమేముంది. తమ ఇల్లును, భూమిని వదిలి ఎవరైనా వెళ్తారా. నీ కొడుకు ఇల్లు, ఊరు వదిలి వెళ్ళాడు. ఊర్లో ఎంతో పని పడి ఉంది. దానిని చూసుకోవడానికి, లెక్కలు రాయడానికి చదువుకుని నిజాయితీ గల వ్యక్తి యొక్క అవసరం ఎన్నో రోజుల నుంచి ఉంది. నీ కొడుకుని మించిన నిజాయితీ పరుడు ఇంకెవరు దొరుకుతారు మాకు. నీవు అతని వెనక్కి పిలువు నీ కష్టాలన్నీ తీరిపోతాయి.'

సుఖ్గా తల ఊరికే ఎండకి పండిపోలేదు. జీవితంలో ఎన్నో చూసాడు. అనుభవించాడు. ఠాకూరు గారు వినమ్రంగా అన్న మాటల అంతరార్థాన్ని వెంటనే పసి గట్టాడు. ఆ సలహా వెనకాల ఉన్న బెదిరింపును అర్థం చేసుకున్నాడు. 'దాని వెనకాల ఉన్న కుట్ర అర్థమైందని, ఈ తీయ్యని మాటలను నమ్మి నా కొడుకును మీకు బానిసగ మార్చనని , మీరు మోసగాళ్ళు, నయ వంచకులు' అని ఠాకూరు గారికి చెప్పాలని అనిపించింది. కాని సుఖ్గా తన మనో భావాలను వ్యక్తం చేయకుండ ఓర్పును పాటించాడు. ఎప్పటిలాగే ఎంతో వినయ శీలంగా అన్నాడు, 'మీ మాట నేనెప్పుడు కాదన్నాని దొరా. కాని నేను ముసలోడ్ని ఏం చేయగలను. కుర్రాడు ఈ తరం వాడు. రెండచ్చరాలు సదుకున్నోడు మీ మధ్యలుంటూనే. మీ మాటల్ని వాడి దగ్గరకు చెప్పిస్తాను.'

మాటలను కొడుకు మీద నెట్టి అప్రత్యక్షంగా సుఖ్గా తనను ఖాతరు చేయడం లేదని ఠాకూరు గారికి అనిపించింది. నేటి వరకు అతనిని ఎవరు కూడా ఉపేక్షించే సాహసం చేయ లేదు. కానీ ఈ రోజు సుఖ్గా... ఈ సారి అతని గొంతు కొంచెం కఠోరంగా మారింది, ' ఏంటి.. కొడుకు తండ్రిని మించినోడై పోతాడా'.

' అలా కాదు ఠాకూరు గారు. నేను మిమ్ముల్ని కాదనలేను. కాని కొడుకు విషయం వేరు.' తన అశక్తతను వ్యక్తం చేస్తూ ఠాకూరు గారి కోపాన్ని శాంత పరచే ప్రయత్నం చేసాడు సుఖ్గా.

వాళ్ళిద్దరి మాటలను నిశ్శబ్దంగా వింటున్నాడు మెల్లెకన్ను పండితుడు. కొడుకుని వెనక్కి పిలిపించే బదులు సుఖ్గా మెలికలు పెడుతున్నాడని అతనికి అనిపించింది. ఆ సమయంలో ఇంకా మౌనంగా ఉండడం సుఖ్గా ధైర్యాన్ని ప్రోత్సహించడమే అవుతుంది. ఎందుకంటే వాళ్ళ దృష్టిలో సుఖ్గా పరిస్థితి వారి కాలి దుమ్ముతో కూడా సమానం కాదు. అతని ధైర్యాన్ని పడగొట్టడం చాలా అవసరం. ఎందుకంటే కాలి దుమ్ము కాలి దుమ్ము లాగే ఉండాలి గాని నుదుటి మీది తిలకం కాకూడదు. మధ్యలో దూరాడు. ఠాకూరు గారిని సంబోధిస్తూ అన్నాడు, 'ఠాకూరు గారు విన్నారు గదా. ఇదీ వీళ్ళ యవ్వారం. ఒక వైపు అనర్థం చేస్తారు. ఏమన్నా అంటే తిరగ బడతారు. ఇదంతా హరిజనోద్ధరణ పుణ్యం. చెయ్యండి ఇంకా హరిజనోద్ధరణ. వీళ్ళను తల మీదేక్కిచ్చు కొండి. అప్పుడే ఏమైంది. ముమ్ముందు మనందరి తలల మీద ఉచ్చలు పోస్తారు'.

మెల్లెకన్ను పండితుడి మాటలు అగ్గికి ఆజ్యం పోసినట్లయింది. ఠాకూరు

గారి కోపానికి అవధుల్లేవు. ముఖం ఎర్రబడింది. కళ్ళలో నెత్తురు కమ్ముకుంది. కనుబొమ్మలు కొట్టుకోవడం మొదలెట్టాయి. మీసాలను మెలేశాడు.

'సుఖ్ఖా మళ్ళీ చెప్పుతున్నా, ఆలోచించుకో. నీ కొడుకుని వెనక్కు పిలువు. అందులోనే నీ మేలుంది. లేదా...!'

సుఖ్ఖా ఎలాంటి బదులివ్వ లేదు. ఠాకూరు గారు, మెల్లెకన్ను పండితుడు ఇద్దరు కోపంతో గట్టిగా అడుగులు వేసుకుంటూ వెళ్లి పోయారు. సుఖ్ఖా కూడా తన గుడిసె వైపు వచ్చేసాడు.

సుఖ్ఖా తన మాట వినలేదని ఠాకూరు గారు అవమానంగ భావించాడు. ఆ అవమానాన్ని జీర్ణించుకోలేక పోయాడు. అదే రోజు ఠాకూరు హర్నాం సింగ్ ఇంటి దగ్గర గ్రామంలోని సవర్ణులందరు కలిసి పంచాయతీ జరిపారు. సుఖ్ఖాని పంట పొలాలలో అడుగు పెట్టనివ్వకూడదని, గడ్డి కోచుకోనివ్వకూడదని, కూలికి పిలవడం లాంటి పనులు కూడా అప్ప చెప్పకూడదని నిర్ణయం తీసుకున్నారు. 'ఇక ఇప్పుడు చూద్దాం. సుఖ్ఖా తన కొడుకుని ఎలా చదివిస్తాడో'. ఠాకూరు హర్నాం సింగ్, మెల్లెకన్ను పండితుడు ఇద్దరు తమ మీసాలను మెలేశారు.

అన్నీ దారులు మూసుకు పోయాయి. అయితే ఇంతకాలం అవమానాలు, అవహేళనలు భరించిన సుఖ్ఖాలో ఇప్పుడు ఆత్మాభిమానం అంకురించింది. తనకున్న కొద్ది పాటి పొలంలోనే కష్ట పడుతూ సంపాదించడం మొదలు పెట్టాడు. ఒక గేదెను పెంచుకున్నాడు. భూస్వాములు దారులు మూసి వేస్తే ఏంటీ తన బ్రతుకు దారిని మూసి వెయలేరతను. కాని ముందు గేదె చనిపోయింది. ఇప్పుడు పన్ను కట్టనందుకు పొలం నుంచి జప్తు అయ్యాడు. పైగా షావుకారు దగ్గర ఇల్లు కుదువ బెట్టాడు.

రమియాకు కూడా గతం బాగానే గుర్తుంది. కాని భవిష్యత్తు అంధకార జీవితం యొక్క భయం ఆమెను నిస్సహయరాలుని, అశక్తురాలుని చేసింది. సుఖ్ఖాతో ఇలా అంది, 'ఏమయ్యా, నీకెప్పుడు కూడా ఎదురు చెప్పలేదు. నీవు చెప్పినట్లే జీవితాంతం నడుచుకున్న. కాని ముందు ముందు ఏమవుతుందో ఏమో. అదన్నా ఆలోచించు. ఎలా గడుస్తుందో ఏమో ... చందన్ చదువు ఎలానో ... ఠాకూర్లు, భూస్వాములతో పెట్టుకుంటే ఎలా. ఠాగూర్ గారి దగ్గరకు ఎందుకు పోవు.'

రమియా నోట్లో నుంచి మళ్ళీ ఠాకూరు పేరు రావడంతో కోపంతో ఊగి పోయాడు సుఖ్యా. ఆవేశంతో నరాలు తెగినట్లు అయ్యింది. 'నోరు మూసుకో రమియా! నా కొడుకు జీవితాన్ని నాశనం చేయాలని ఆలోచించిన ఆ దుర్మార్గుల పేర్లు నా దగ్గర తీయకు ప్రాణం పొదులుకుంటాను. చచ్చి పోతాను. అన్నింటినీ సహిస్తాను కాని, ఏ నరకాన్నయితే నేను అనుభావిస్తున్నానో చందన్ ని ఆ నరకంలోకి ఎన్నటికి పడనివ్వను . నువ్వు నీ పని చేసుకో...!' కర్ర చేతపట్టుకుని బస్తీ వైపు వెళ్లి పోయాడు సుఖ్యా.

7

చందన్ చదువుకోవడానికి పట్నం వచ్చిన కొత్తలో కాలేజీ లోపలా బయట ఒంటరిగానే ఉండేవాడు. దానికి గల కారణం. ఒకటి, ఊరిలో సాధారణంగా సంకోచించే వ్యక్తిత్వం గలిగే యువకుడు కావడం. రెండు, పేదవాడు కావడం , మూడు కులానికి దళితుడు కావడం. పట్టణంలోని తళుకు బెళుకుల వాతావరణం మధ్య తనని తానూ కొంచెం హీనంగా భావించే వాడు. అయితే నెమ్మది నెమ్మదిగా తనలోని హీన భావాన్ని దూరం చేసుకున్నాడు. సంకోచం నుంచి బయటపడ్డాడు. తనలో ఆత్మ విశ్వాసాన్ని పెంచుకున్నాడు. చాలా మందితో సాన్నిహిత్యం పెంచుకున్నాడు.

మొదట్లో ఏదో పోగొట్టుకున్న వాడిలా ఒంటరిగా అన్యమనస్కంగా ఉండే వాడు. కులం మూలంగా కాలేజీలో సహా విద్యార్థులు అతనిని అన్ని విషయాల్లో దూరం పెట్టే వారు. వారి సమూహంలో చేర్చుకునే వారు కాదు. మొదట్లో ఇదంతా అతనికి అవమానకరంగా, విషాదంగా అనిపించేది. చాలా బాధ పడేవాడు. ఇతర విద్యార్థులు అతనిని చేర్చుకోక పోయినా చందనే దళిత యువకులతో ఒక సర్కిల్ తయారు చేశాడు. అప్పుడప్పుడు వారి సమావేశాలు కూడా జరిగేవి.

సర్కిల్ సభ్యులలో చందన్ కాకుండ రామహేత్, రతన్ మరియు నందలాల్ కాలేజీలో చదువుకునే వారు. మిగతా వారు మిల్లులలో, కార్ఖానాలలో పని చేసే వారు లేదా ఇతర పనులు చేసే వారు. అందుకే వారి ఆలోచనలో చాలా తేడాలుండేవి. కాని ఒక్క విషయంలో మాత్రం అందరిలో ఏకాభిప్రాయం ఉండేది. అదేమిటంటే, దోపిడీ, అన్యాయం మరియు అణిచివేతకు వ్యతిరేకంగా పోరాడాలనే తీవ్రమైన భావన. ఎవరు ఏం చేయాలి అనే విషయం మీద కూడా తరచూ వాళ్ళ మధ్య చర్చలు జరిగేవి. నందలాల్ వకీలు కావాలనుకునే వాడు. రతన్ కు పరిపాలన రంగంలో అభిరుచి ఉండేది. రామహేత్ కొంచెం విలాసవంతమైన కుటుంబం నుంచి వచ్చాడు దాంతో అతను వ్యాపారం చేయాలనుకునే వాడు. అయితే చందన్ ఆలోచనలు అందరికంటే భిన్నంగా ఉండేవి. అతను సామాజికాభివృద్ధికి పాటు పడాలనుకునే వాడు. రామహేత్ మరియు ఇతర మిత్రులకు నచ్చ చెప్పాడు. 'మీ వ్యాపారాలు, వకాలతులు సవ్యంగా నడుస్తాయని అనుకుంటున్నారా? అది మీ భ్రమ. సమాజంలో ఎప్పటి వరకైతే ఎక్కువ తక్కువ, అంటరానితనమనే విషం వ్యాపించి ఉంటుందో అప్పటి వరకు సమాజంలో మీది నిమ్న పరిస్థితియే. ఎప్పటి వరకైతే సామాజికంగా మీ స్థితి మెరుగు పడదో అప్పటి వరకు మీ వ్యాపారాలు నడిచే ఎలాంటి అవకాశాలు లేవు'.

రామహేత్ కు చందన్ మాటలు సముచితంగా అనిపించలేదు. అతను వాదించాడు, 'అవకాశాలు ఎందుకు లేవు. వ్యక్తిలో చేయాలనే తపన ఉంటే ఏదైనా చేయగలడు. సంకల్ప బలం ఉండాలి. మనలో సంకల్ప బలం లేక పోతే ఏమీ చేయలేం. మనలో ఆ సంకల్ప బలం ఉంటే ఏదైనా చేయగలం. మనకు కూడా ఇతరుల లాగే కాళ్ళు చేతులు ఉన్నాయి. మెదడూ ఉంది. అలాంటప్పుడు ఇతరులు ఏవైతే పనులు చేయగలరో వాటిని మనమెందుకు చేయలేం'.

రామహేత్ మాటలు చందన్ కు సమ్మతంగానే అనిపించాయి. కాని అతని మాటలు ఆలోచనల వరకే పరిమితం. అవన్నీ దళితేతరులకు వర్తిస్తాయి, దళితులకు కాదు. దళితుల కోసం అవకాశాల సమానత్వం అనే దానికి ఎలాంటి అర్థం లేదు. ఎందుకంటే కులం అనే కట్టుబాటు దళితులను అవకాశాలను వినియోగించుకోనీయదు. అతను రామహేత్ కు నచ్చచెప్పే ప్రయత్నం చేశాడు, 'నీవు నిజమే మాట్లాడుతున్నావు రామహేత్. నీకు కూడా కాళ్ళు చేతులు ఉన్నాయి. నీలో కూడా మెదడు ఉంది. నీవు ఏ రకంగాను ఎవ్వరికీ తక్కువ కాదు. నీలో సంకల్పబలం కూడా ఉంది. అయితే అదొక్కటే సరి పోదు. నీకు

వ్యాపారం చేసే ఉద్దేశ్యం ఉందని ఒప్పుకుంటాను. అందుకు యోగ్యుడవి కూడా. కాని నీ మార్గంలో అడ్డు గోడలా ఉన్న ఈ కులాన్ని ఎలా అధిగ మించగలవు. ఆ గోడని ఎలా తొలగించగలవు? కొంత కాలం వరకు కులాన్ని దాచి పెట్టి ప్రజలను భ్రమింప జేసి కొన్ని పనులు నెరవేర్చుకోవడం సాధ్యమే, కాని ఎప్పటి వరకు? ఈ విషయాలు ఎక్కువ రోజులు దాగి ఉండవు. ఎప్పుడో ఒకప్పుడు ఏదో విధంగా తప్పకుండా ఆ నిజం బహిర్గతమవుతుంది.. అప్పుడేం లాభం? అప్పుడు సత్యం, నిజాయితీతో ఉన్నంత నీ వ్యాపారం నడవదు.'

'అంటే మనం వ్యాపారాలు వగైరా చేయకూడదనా నీ ఉద్దేశ్యం.' రామహేత్ వాదించాడు.

చందన్ అర్థమయ్యేట్లు చెప్పాడు, 'నేను అలా అనలేదు. ప్రతి రంగంలో మనం ప్రవేశించాలని నేనే అంటాను. కేవలం సామాజికంగానే మన పరిస్థితి నిమ్నంగా లేదు సరి కదా ఆర్థిక, రాజకీయ మరియు విద్యా ఇలా అన్నీ రంగాలలో మనం వెనుకబడి ఉన్నాం. ప్రతి రంగంలో మనం పైకి రావలసిన అవసరం ఉంది. కానీ అన్నింటికన్నా ముఖ్యమైనది సామాజిక గౌరవం. ఒకవేళ నీ సామాజిక స్థితి బాగా ఉంటే నీకు అన్నీ అవకాశాలు దక్కుతాయి. ఒకవేళ నీ సామాజిక స్థితి బాగా లేక పోతే నీవెంత పని చేసినా, ఎంత డబ్బు సంపాదించినా ఎలాంటి ప్రయోజనం లేదు. జీవితంలో డబ్బు ఒక సత్యం. దానిని నేను కాదనను. అయితే దానికి ముందు సమాజంలో నీకొక స్థాయి ఉండాలి.'

ఒక క్షణం ఆగి రామహేత్, నందలాల్ ల వైపు చూశాడు. తన మాటల ప్రభావాన్ని తెలుసుకునే ప్రయత్నం చేశాడు. వాళ్ళ మీద తన మాటల ప్రభావం చందనుకు కనబడింది. ఇంకా చెప్పడం మొదలు పెట్టాడు, 'మనల్ని చదివించడానికి మన తల్లిదండ్రులు ఎంతటి వ్యతిరేకతను, ఎంతటి పోరాటాన్ని ఎదుర్కోవలసి వచ్చిందో, ఎన్ని కష్టాలను, బాధలను భరించవలసి వచ్చిందో మనకు తెలియనిదా. మనం చదువుకోకుండా ఉండడానికి ఎన్ని అడ్డంకులు సృష్టించలేదు. స్కూళ్ళు, కాలేజీలలో కూడా ద్వేషం, అవమానాల విషం తాగలేదా మనం. అలాంటి ప్రతికూల పరిస్థితులలో మనమెలా చదువుకున్నామో, మనకు బాగా తెలుసు. ఇంతటి విశాల దళిత సమాజంలో మనం, మనలాంటి వాళ్ళు కొందరు చదువుకోవడం ఒక మినహాయింపు. లేకపొతే మనమెక్కడ చదువుకునే వాళ్ళం. ఎవరు చదువుకోనిచ్చే వారు మనల్ని. మనం కేవలం మన ఉన్నతి

పట్లనే శ్రద్ధ వహిస్తే మనలను చదివించడం కోసం మన తల్లి దండ్రులు చేసినా త్యాగాలు సార్థకం కావు. మహా అయితే ఎక్కువ డబ్బులు సంపాదించవచ్చు. ఇతరుల మాదిరిగా ఐశ్వర్యవంతంగా ఆహ్లాదభరిత జీవనం గడపవచ్చు.'

'అయితే మనం మన జీవితాలను మార్చుకునే ప్రయత్నం చేయకూడదా? నాలుగు వైపులా రెండు చేతులతో సంపాదించడానికి జనాలు పరుగులు తీస్తుంటే మనమెందుకు వెనుక బడాలి? మనం కూడ మనుషులమే కదా. మనకు కూడ మనస్సులు ఉన్నాయి. చదువుకున్నవాళ్ళం. మనమే ఏం చేయలేక పోతే చదివి ప్రయోజనమేమిటి.' ఇప్పటి దాక వింటూ ఉన్న నందలాల్ ప్రశ్నించాడు.

'తినడానికి మంచి భోజనం, కట్టుకోవడానికి మంచి బట్టలు, ఉండడానికి మంచి ఇల్లు ఎవరు వద్దంటారు. వీటి కోసం ప్రయత్నించ వద్దని నేననడం లేదే. నేను కూడా ఇవన్నీ కావాలనుకుంటాను. అయితే మనతో పాటు సమాజ ఉద్ధరణ మరియు అభివృద్ధి పట్ల శ్రద్ధ వహించడం జీవిత లక్ష్యంగా ఉన్నప్పుడే మన చదువుకు సార్థకత ఉంటుందని అంటున్నాను. తరతరాలుగా మన సమాజం దాసత్వం, బానిసత్వంలో మగ్గుతుంది. ఖాళీ కడుపులు, నగ్న శరీరాలు, పూరి గుడిసెలలో జీవనం గడిపే దుస్థితి. ఇదే మన సమాజం యొక్క వందల వేల సంవత్సరాల యథార్థం. మనం చదువుకున్నాం. కాని మన సమాజం, చుట్టాలు, బంధువులు అందరు ఇంకా అదే స్థితిలో ఉన్నారు. వారందరి చూపులు మన వైపే ఉన్నాయి. మనమే వారి గురించి ఆలోచించక పోతే ఇంకెవరు ఆలోచిస్తారు. మన కుటుంబీకులు, సంబంధీకులు అవమానాల బ్రతుకులు బ్రతకాలని నువ్వు అనుకుంటున్నావా?' అంటూ నందలాల్ ని అడిగాడు చందన్.

'లేదు, ఏమాత్రం అనుకోవడం లేదు. మన లాగే మన కుటుంబ సభ్యులు , చుట్టాలు, బంధువులు అందరు చదువుకోవాలని, వారు కూడా సంపన్నులు కావాలని, సుఖంగా ఉండాలని నేను కూడా కోరుకుంటాను.' నందలాల్ అంగీకారాన్ని వ్యక్తం చేశాడు.

'తమ పిల్లలను చదివించడం కోసం మన తల్లిదండ్రులు భరించినవన్నీ వారు కూడా భరించాలా. పోరాడే స్ఫూర్తి, శక్తి ప్రతి ఒక్కరిలో ఉండదు. అందుకే వారు పోరాటంలో ఓడి పోకూడదు. వాళ్ళ ముందు తల దించుకోవద్దు. ఈ పరిస్థితి నుంచి కాపాడాలంటే వారికి మనం సహాయం చెయ్యాలి. ఆర్థిక, పరిపాలన, చట్ట పరమైన, అన్ని రకాల మద్ధతు వారికి అవసరం ఉంటుంది. అందుకే

మనం ఏ రంగంలో ప్రవేశించినా వారి పట్ల శ్రద్ధ వహించడం, వారికి సహాయం చేయడం మన కర్తవ్యం.' ఆలోచనల ప్రవాహాన్ని కట్టడి చేస్తూ ఎంతో ధైర్యంగా తన అభిప్రాయాన్ని చెప్పాడు చందన్.

చందన్ అన్న మాటలు అందరికి సముచితంగా అనిపించాయి. అందరు అతనితో ఏకీభవించారు. రామహేత్ అన్నాడు, 'నేను వ్యాపారం చేస్తాను. బాగా డబ్బు సంపాదిస్తాను. అయితే, కుటుంబం యొక్క పోషణకు సరిపోను ఉంచుకుని మిగతా డబ్బును సమాజ అభివృద్ధి పనుల కోసం వెచ్చిస్తాను.'

నందలాల్ అన్నాడు, 'నేను వకాలతే చేస్తాను. చట్టాలకు సంబంధించిన విషయాలలో మన వాళ్లకు సహాయం చేస్తా. మన వాళ్ళ తరపున దోపిడీ, అత్యాచారాల కేసులు ఉచితంగా కొట్లాడుతా.'

రతన్ అన్నాడు, 'నేను పరిపాలన రంగంలోకే వెళ్ళాలను కుంటున్నాను. ఒకవేళ వెళ్ళితే పరిపాలనకు సంబంధించిన ఏ సహాయమైన మన వాళ్లకు చేయడానికి ఎల్లప్పుడూ సిద్ధంగా ఉంటాను.'

ఇక చందన్ అన్నాడు. 'మన సమాజపు దీన హీనుల ఉద్ధరణ కోసం నేను నా విద్యను ఉపయోగిస్తాను. క్రిమి కీటకాల మాదిరిగా బతుకుతున్న పీడిత, తాడిత, ఉపేక్షిత ప్రజల ఉన్నతి కోసం పని చేస్తాను. మిగతా సమాజంలో ఎవరినైతే పశువుల్లాగా చూస్తారో, దగ్గర కూర్చోనివ్వరో, అస్పృశ్యులు, అంటరానివారని ద్వేషిస్తారో, తరతరాలుగా రుణ భారంతో ఎవరివైతే నడ్డీలు విరిగాయో, రుణాలు తీర్చడానికి బానిస బ్రతుకులు బతకడానికి వివశులయ్యారో, ఠాకూర్లు, భూస్వాముల దోపిడీలను, కొరడా దెబ్బలను సహిస్తారో, అన్ని రకాల అన్యాయాలకు, దోపిడీలకు, పీడనలకు గురవుతారో వారికి విద్యనందిస్తా. నిద్రలో ఉన్న వారిని మేల్కొలుపుతా. దోపిడీ సంకెళ్ళను త్రెంచుకునే విధంగా చైతన్యం రగిలిస్తా. వాళ్ళ కాళ్ళ మీద వారిని నిలబడేటట్లు తయారు చేస్తా. మట్టిలో ఆడుతూ తిరిగే పిల్లల కోసం స్కూలు తెరుస్తా. వారిని చదివిస్తా. ఇంకెవరు చదివిస్తారు వారిని. ఒకవేళ చదివించిన కూడ నాలాగే వెనక బల్ల మీద కూర్చో బెడతారు. బ్లాకు బోర్డు కనబడదు. ఉపాధ్యాయుడు చెప్పే పాఠం వినబడదు. అలాంటి స్థితిలో వారేం చదవగలరు. చదువుకోక పోతే ఈ ప్రపంచాన్ని, దేశాన్ని ఎట్లా తెలుసుకోగలరు. హక్కులని, అభివృద్ధిని ఎట్లా ప్రశ్నించగలరు. బానిస సంకెళ్ళ నుంచి, ఈ నరకం నుంచి ఎట్లా విముక్తి పొందగలరు. లేదు...లేదు.

నేను చదివిస్తాను. విద్యావంతులను చేస్తాను. వారి మూగ గొంతుకు వాణీ నిస్తా. మన సమాజం వాళ్ళు చదువుకుని పైకి రాక పోతే మనల్నేవరు గుర్తిస్తారు. కొద్ది మందిమి గొంతులు తెంచుకుంటే ఎవరు వింటారు మన అరుపులను. మనం సమాజంతో ఢీకొనాలి. ప్రభుత్వంతో పోరాడాలి. అన్యాయాలను, దోపిడీలను ఎదురించాలి. ఒకరిద్దరితో అయ్యే పని కాదిది. ఒక్క చేతితో చప్పట్లు కొట్టలేం. దీని కోసం సైన్యం కావాలి. సైన్యం తయారు చేస్తాను.'

పైన చెప్పిన విషయాలకు చందన్ కార్యరూపం కూడా ఇచ్చాడు. రోజంతా గోళీలు, గిల్లి దండాలు ఆడే పిల్లలను లేదా కుక్క పిల్లల నడుమ కొట్లాట పెట్టి ఆనందించే వారిని ఒక దగ్గరకు చేర్చి చదువు చెప్పడం ప్రారంభించాడు. మధ్యాహ్నం వరకు కాలేజీకి వెళ్లి చదువుకోవడం, తరువాత బస్తీ పిల్లలకు చదువు చెప్పడం అతని దిన చర్యలో భాగమై పోయింది.

తమ పిల్లలను చదివించడానికి పంపడం కోసం మొదట్లో ప్రజలు చొరవ చూపించలేదు. వాళ్ళు అనే వారు, 'చదువుకుంటే ఏం దొరుకుతుంది. సమాజంలోనే మాకెలాంటి స్థానం లేదు. ఇక ప్రభుత్వ ఉద్యోగాలు ఎవరడుగుతారు. కూలి నాలి చేసుకోవడమే మా తలరాత. ఇప్పుడు చేస్తుంది కూడా అదే. చదువుకున్నాక చేసేది అదే. అలాంటప్పుడు సమయం, పైసలు వృథా చేస్తే ఏం లాభం.'

కాని చందన్ వారిని ఒక్క దగ్గర చేరుస్తూ నచ్చ చెప్పాడు, 'అట్లా ఆలోచించడం మంచిది కాదు. ఒకవేళ సమాజం మనకు సమాన స్థాయి ఇవ్వకపోతే, మానవత్వంతో మనల్ని అంగీకరించక పోతే అది సమాజం యొక్క నేరం. మతం ద్వారా సమాజం ప్రేరితమై నడుస్తున్నది. మత ఆదేశాల ఫలితమే మన సామాజిక స్థితి. 'ధర్మ గ్రంథాలు' మన దోపిడీకి, అత్యాచారాలకు మూలాలు. ఈ మూలాలను పెకిలించవలసిన అవసరం ఉంది. ఈ ధర్మ గ్రంథాలలో నిక్షిప్తమై ఉన్న అన్యాయం, అసమానతల తత్వాన్ని అర్థం చేసుకోవాలన్న, దోపిడీ మరియు అసమానతలకు వ్యతిరేకంగా పోరాటం చేయాలన్న ప్రజలు విద్యావంతులు కావడం అవసరం. మన దోపిడీకి ఆధారం ఏమిటో, మన పురోగమనానికి, అభివృద్ధికి ఏ అంశాలు అడ్డంకిగా ఉన్నాయో తెలుసుకోకుండా అర్థవంతమైన పోరాటం చేయలేం. ఈ జ్ఞానం విద్యతోనే లభిస్తుంది. అందువలన చదువు చాలా అవసరం. జీవితంలో ఎదురయ్యే సమస్యలను పరిష్కరించు కోవాలంటే చదువు

అన్నింటికన్న శక్తివంతమైన ఆయుధం. పురోగమనానికి, అభివృద్ధికి విద్యయే ఆధారం. అందుకే మీ పిల్లలను తప్పకుండ చదివించాలి. ఈ నరక కూపం నుంచి బయట పడాలంటే చదువుకోవాలి. లేకపోతే మిమ్ముల్ని ఆమాయకులను చేసి నిరంతరం దోచుకుంటూనే ఉంటారు.'

'మరీ చదివించాలంటే పైసలు కావాలి. ఎక్కడి నుంచి తేగలం?' ఓ వ్యక్తి అడిగాడు.

'అవును కావాలి. కాని మీరు ఇవ్వలేనంత కాదు.' చందన్ బదులిచ్చాడు.

'కాని చందన్ బాబు!' సంత్ నగర్ ప్రజలు చందన్ ని బాబు అనే పిలుస్తారు. 'మా దగ్గర ఆస్తి పాస్తులులేమి లేవు. కొద్దో గొప్పో సంపాదించిన దానితోనే పూట గడపడం కష్టం. ఇక చదువు ఖర్చులు...?' మరో వ్యక్తి అన్నాడు.

'ఒకటి పొందాలంటే మరొకటి వదులుకోవాలి' ...అని చందన్ ఊపిరి తీసుకున్నాడు. మళ్ళీ అడిగిన వ్యక్తి వైపు చూస్తూ అన్నాడు, 'మీరు ఈ నరక కూపం నుంచి బయట పడాలనుకుంటే, మీ పిల్లలు పైకి ఎదగాలనుకుంటే ఎంతో కొంత త్యాగం చెయ్యాల్సిందే.'

'మేము త్యాగాలు చేయడానికి సిద్ధం. ఎలాంటి త్యాగం చేయాలో నువ్వే చెప్పు చందన్ బాబు.' అందరు ఒక్కసారి అడిగారు.

'ఏ పనైనా చేయడానికి దృఢమైన సంకల్పబలం అవసరం. సంకల్పబలం లేకుండా ఏ పని కాదు. అందుకే ముందు మీరు మీ పిల్లలను ఎలాంటి పరిస్థితిలోనైనా చదివిస్తామని మీ మనస్సుల్లో దృఢంగా నిర్ణయించుకోండి. మీరే చూస్తారు. ఒక్కసారి అలా నిర్ణయం తీసుకున్న తరువాత మీ సమస్యలు వాటంతటవే సమసి పోతాయి.'.

'అదెలా బాబు?' ఆతృతతో అందరు చందన్ వైపే చూడడం మొదలు పెట్టారు.

'నేను చెప్తాను' అంటూ చందన్ అక్కడున్న వారందరి వైపు చూసి చెప్పడం మొదలు పెట్టాడు, 'మీలో ఎవరైతే గుడుంబా, ఇతర మత్తు పదార్థాలు తీసుకుంటారో వారు వాటిని మానేయాలి. బీడీలు, సిగరెట్లు, పాన్ పరాకులు, పొగాకు తింటారో వాటిని త్యజించాలి. సినిమాలు చూసే వాళ్ళు చూడడం మానేయాలి. చిల్లర తిండి తినే వాళ్ళు తినడం వదిలి వేయాలి. మీలో చాలా

మంది మాంసం తినే వాళ్ళు ఉండవచ్చు. ఇతర కూరగాయల కన్నా మాంసం ఖరీదు ఎక్కువ. అందువలన మాంసం తినడం మానవచ్చు. మీరు అలా చేస్తే మీ పిల్లల చదువు ఖర్చులను తప్పకుండ మీరే భరించ వచ్చు. మీలో చాలా మంది నేను చెప్పిన అలవాట్లకు దూరంగా కూడ ఉండవచ్చు. వారి ఆదాయం తక్కువ ఉండవచ్చు. వాళ్ళు ఎక్కువ కష్టించి ఓవర్ టైం పని చేసి ఆదాయాన్ని పెంచుకోవచ్చు. మీకు ఎండిన రొట్టలే తినవలసి రావచ్చు. తినడానికి ఒక రొట్టె తక్కువ కూడా పడవచ్చు లేదా ఒక పూట పస్తులు ఉండవలసి రావచ్చు. అయితే ఒక్కసారి మీరు మీ పిల్లలు చదువుకోవాలి అనే దృఢ నిర్ణయం గాని తీసుకుంటే వాళ్ళు చదువుకున్న తరువాత ఈ నరక కూపం నుంచి ముక్తి పొందడంలో వారిని ఏ శక్తి అడ్డుకోలేదు.' చందన్ మాటలు అక్కడి వారి మీద ప్రభావాన్ని చూపుతున్నాయి. అందరు అతని ప్రతి మాటను ఏకాగ్రతతో శ్రద్ధగా వింటున్నారు. తన ప్రయత్నం వ్యర్థం కావడం లేదని చందన్ కూడా సంతోషంగా ఉన్నాడు. అతను తన మాటలను కొనసాగించాడు, 'మీ జీవితాలు అవమానాలు, అత్యాచారాలతో గడిచాయి. మీ పిల్లలు కూడా అలాంటి పరిస్థితిలోనే బ్రతికితే చూడాలనుకుంటున్నారా?'

'లేదు బాబు. మా పిల్లలు కూడా మాలాగా అత్యాచారాలను, దౌర్జన్యాలను సహిస్తూ బ్రతకాలని మేము ఏమాత్రం కోరుకోము. వాళ్ళు మనుషుల్లాగ బ్రతకాలని కోరుకుంటాం. మేము పడిన బాధల నుంచి వారు విముక్తి పొందాలి. సమత, సమానత్వం, ఆత్మగౌరవంతో వారు బ్రతకాలి.' అని అందరు ఏక కంఠంతో అన్నారు.

తన మాటలను విని పిల్లలను చదివించడం కోసం అందరు సిద్ధం కావడానికి మించిన సంతోషకర విషయం చందన్ కు మరేముంటుంది. సంతోషంతో ఉత్సాహంగా అతను వాళ్ళతో అన్నాడు. 'అయితే ఈ రోజు నుంచే మీరు నిర్ణయం తీసుకోండి. పిల్లలను చదువుకోవడానికి పంపించండి.'

ఒప్పుకున్నట్లుగ వారు తలలూపారు. సమావేశాన్ని ముగించుకుని అందరు ఇళ్ళలోకి వెళ్లి పోయారు. మరుసటి రోజు నుంచే పిల్లలను స్కూలుకు పంపడం మొదలు పెట్టారు. నెమ్మదిగా పిల్లల సంఖ్య పెరగడం మొదలైంది. కొద్ది రోజుల్లోనే వందల మంది పిల్లలు చందన్ స్కూలుకి చదువుకోవడానికి రావడం మొదలు పెట్టారు.

8

ఒక రోజు విచిత్రమైన సంఘటన ఎదురైంది చందన్ కు. అతను స్కూల్లో పిల్లలకు పాఠాలు చెప్పుతున్నప్పుడు మాసిన దుస్తులతో ఒక యువతి ఒక బాలుడిని తీసుకుని వచ్చింది. 'నా పేరు కమల. ఇక్కడే సంత్ నగర్ లో ఉంటాను. నా బాబుని కూడా చేర్చుకోండి.' అంది.

రోజు లాగానే చందన్ రిజిస్టర్ తీసాడు. ప్రవేశ ఫారంలో ప్రవేశానికి సంబంధించిన వివరాలు రాయడం మొదలు పెట్టారు.

'బాబు పేరు?' చందన్ అడిగాడు.

'కిలాడీ, నేనైతే కిల్లర్ అని పిలుస్తాను .' కమల బదులిచ్చింది.

'వయస్సు'.

'నాలుగైదుసంవత్సరాలు ఉంటాడేమో.'

'తండ్రి పేరు'

'.....' ఈ సారి ఎలాంటి సమాధానం ఇవ్వ లేదు కమల.

కమల వినలేదేమో అని అనుకున్నాడు చందన్. అతను మళ్ళీ అడిగాడు,'కిలాడీ

తండ్రి పేరు ఏమిటి?'

అయినా కమల మౌనంగానే ఉంది. ఆమె ఒకసారి చందన్ వైపు చూసింది. తిరిగి చేతితో తన బాబు తల నిమురుతూ మిగతా పిల్లల వైపు చూడడం మొదలు పెట్టింది.

ఆ యువతి తన పిల్లవాడి తండ్రి పేరు చెప్పడానికి ఎందుకు భయ పడుతుందని చందన్ కు ఆశ్చర్యమేసింది. ఈ సారి ఆమె కళ్ళలోకి చూస్తూ అడిగాడు, ' చూడండి, అడిగేది మిమ్మల్నే పిల్లవాడి తండ్రి పేరేమిటని,,?'

ఈసారి ఆమె నెమ్మదిగా చెప్పింది, 'కమల'

అది విన్న చందన్ ఉలిక్కి పడ్డాడు. అతను ఉలిక్కి పడడం సహజమే. అతను తలెత్తి ఆమె వైపు చూసాడు. ఓపిగ్గా, నిదానంగా అడిగాడు, 'క్షమించండి. నేను అడిగింది తల్లి పేరు కాదు. తండ్రి పేరు.'

ఈసారి యువతి తీవ్రంగా స్పందించింది. ఆమె కళ్ళలో నీళ్ళు నిండాయి. కట్టలు తెంచుకున్న దుఖాన్ని తన చీర కొంగుతో అదిమి పెడుతూ పిల్ల వాడిని తీసుకుని స్కూలు బయటకు వెళ్లి పోయింది.

అది ఊహించని పరిణామం. . ఇంతకు మునుపెప్పుడూ అలాంటి ప్రశ్నకు అంత మౌనంగా, సీరియస్ గా ఉండే వారినెవరిని చూడ లేదు చందన్. అది ఒక కొత్త సంఘటన అతనికి. భర్త పేరు చెప్పలేని నిస్సహాయ పరిస్థితి ఎందుకు? ఇందులో ఏదో రహస్యం ఉందని అర్థం చేసుకోవడానికి ఎక్కువ సమయం పట్టలేదు. ఆ మౌనం వెనకాల తప్పకుండ ఏదో దాగి ఉంది.

ఆ రోజు త్వరగా స్కూలు ముగించుకుని తన గది లోకి వచ్చేసాడు చందన్. అయితే కమల గురించి అతని మనస్సులో ఏదో అలజడి. ఇంతకీ ఆమె పిల్లవాడిని తీసుకుని ఎందుకు వెనక్కి వెళ్లిపోయింది? తండ్రి పేరు చెప్పడం చెప్పకపోవడం ఆమె సొంత విషయమైనప్పటికీ అనేక విధాలుగా ఆ ప్రశ్న అతని మనసులో మెదిలింది. కాని అతనికి ఎలాంటి జవాబు దొరక లేదు. అయితే విషయమేదైనా కావొచ్చు. కాని ఆ కారణం చేత ఆమె పిల్లవాడు చదువుకు దూరం కాకూడదు.

ప్రతి ఒక్కరికి చదువు అవసరం. అది వాళ్ళ హక్కు. కమలకేమైనా సమస్యలుండవచ్చు, తను అర్థం చేసుకోవాల్సిందని తను అనుకున్నాడు. తాను వ్యవహరించిన తీరు పట్ల బాధ అనిపించిందతనికి. కమలని కలిసి పిల్ల

వాడిని స్కూలుకు పంపించమని చెప్పాలని అనుకున్నాడు. మనసులో అలా నిర్ణయించుకున్నాడో లేదో వెంటనే కమలను వెతకడానికి బయలుదేరాడు.

పెద్దగా వెతక వలసిన అవసరం పడలేదు అతనికి. సంత్ నగర్ ఉత్తరం చివరన ఆమె ఉంటుంది. వాకబు చేస్తే ఆమె ఏదో ఊరి నుంచి వచ్చి ఇక్కడ ఉంటుందని తెలిసింది. కొద్ది రోజుల క్రితమే వచ్చింది. ఇళ్ళలో వంట గిన్నెలు కడిగే పని చేస్తుంది.

చందన్ తన ఇంటి తలుపు దగ్గర నిలబడి ఉండడం చూసి ఆశ్చర్య పోయింది కమల , 'బాబు గారు మీరా?'

'అవును, నేనే. అయితే స్కూలు నుంచి అలా ఎందుకు తిరిగి వచ్చేశావు?' సమాధానం చెప్తుందని కాదు గాని ఆమె అలా వచ్చి ఉండాల్సింది కాదనే ఉద్దేశ్యంతో అడిగాడు.

'అదా... ఏమీ లేదు...' మాట మార్చాలనికుంది కమల. 'రండి... లోపలి రండి... అట్లా బయటే ఎందుకు నిల్చుండి పోయారు...'

చందన్ కమల ఇంటి లోపలికి వెళ్ళాడు. పేరుకే ఇల్లు. కాని అదొక చిన్న గది. జామాయిల్ కట్టెల మీద రాళ్ళ కడ్డీలతో కట్ట బడింది. దాని ఎత్తు కూడా ఎక్కువ లేదు. ఎత్తుకు తగ్గినట్లు దాని తలుపు కూడా చాలా చిన్నది, లోపలికి వెళ్ళాలన్న, బయటికి రావాలన్న తలను వంచ వలసినదే.

కమల కూర్చోవడానికి చాప పరిచింది. చందన్ అందులో కూర్చున్నాడు. గదిలో వస్తువులు మామూలువైనప్పటికీ చాలా అందంగా అమర్చి ఉన్నాయని అతను గమనించాడు. ఏ వస్తువు వ్యర్థంగా లేదు. ఏది లేదని కూడా అనిపించదు. ఆ చిన్న గదిలో తనకు అవసరమైన అన్ని వస్తువులను సమకూర్చుకుంది. కమలను శ్రద్ధగా చూశాడు. ఇరవైరెండో, ఇరవై మూడో ఏండ్లు ఉంటుంది ఆమె వయస్సు. ఆ వయసులో ఉండే యువతుల ముఖాల మీద కనిపించే మెరుపుదనం లేకపోవచ్చు. కాని ఆమె శాంత స్వభావం, గంభీరమైన వ్యక్తిత్వం తన వైపు ఆకర్షిస్తుంది.

ఈ లోపే కిలాడీ బయటి నుంచి ఆడుకుంటూ వచ్చి కమలను హత్తుకున్నాడు. అతని ముఖం, బట్టలు మట్టితో నిండి పోయాయి. తల దువ్వుకోక పోవడంతో వెంట్రుకలు అటు ఇటు చెదిరి పోయి ఉన్నాయి. చందన్ కిలాడీని చూశాడు.

అలాగే కమలను కూడ చూశాడు. అంత చిన్న వయస్సులో ఇంత పెద్ద కుర్రాడు. చందన్ కు ఆశ్చర్యం వేసింది. తెలుసుకోవాలనే కుతూహలం కూడా ఏర్పడింది. అయితే తనే తన కుతూహలానికి సమాధానం వెతుకున్నాడు, 'అవును, ఎందుకు ఉండదు. చిన్న వయస్సులోనే పెళ్లి అయి పోయి ఉంటుంది. మన పేద, చదువు లేని సమాజం యొక్క దౌర్భాగ్యం ఏమిటంటే చిన్న వయస్సులోనే పిల్లలకు పెళ్లీ చేసి వాళ్ళను బంధించేస్తారు. సరైన తిండి లభించదు . ఆడుకోవడానికి అవకాశం ఉండదు. తొందరగా పెళ్లి కావడమంటే తొందరగా పిల్లలు పుట్టడం. అమ్మాయిలు కొంచెం ఎదిగి, ఆలోచించడం, అర్థం చేసుకోవడం మొదలు పెడతారో లేదో వారి పెళ్లీ అయిపోతాయి. అలాంటప్పుడు కమల అంత పెద్ద పిల్ల వాడికి తల్లి ఎందుకు కాకూడదు?' తన కుతూహలం ఒక పిచ్చి అని అనిపించిందతనికి.

మళ్ళీ ఒకసారి కమలను పై నుంచి క్రింది దాకా చూసాడు. కమల మాట్లాడే తీరు, ఆమె సంస్కారం, మర్యాద అన్నింటినీ మించి ఆమె సౌమ్యత్వం, సౌందర్యంతో ఆకర్షితం కాకుండ ఉండలేక పోయాడు చందన్. 'మొత్తం సంత్ నగర్ లో కమల లాంటి మరో యువతి ఎంత వెతికినా దొరకదు, అమ్మాయిలకైతే కొదవ లేదు. కాని ఇంత అందమైన శీలవతి యువతి మరొకరు ఉండరు' అని మనసులోనే అనుకున్నాడు.

చందన్ కు ఒక గ్లాసులో నీళ్ళు ఇచ్చి టీ పెట్టడం కోసం స్టవ్ వెలిగించడం మొదలు పెట్టింది కమల. కాని చందన్ ఆమెను ఆపాడు, 'వద్దు...వద్దు... ఉండనీయండి... నేను టీ తాగను.'

'మజ్జిగ చేయనా' స్టవ్ ని వదిలేసి పైకి లేస్తూ అంది కమల.

'లేదు...లేదు... నేనేమీ తీసుకొను..' చందన్ చాలా సహజ భావంతో వద్దన్నాడు.

'టీ వద్దు...మజ్జిగ వద్దు... మరేమీ కావాలి. ఈ పేదరాలి గుడిసె దాక వచ్చారు. మీకు స్వాగత సత్కారం చేయకపోతే ఎలా? ఇదేమైనా బాగుందా?' సొంతవాడే అనే భావంతో ఫిర్యాదు చేస్తున్నట్లు మాట్లాడింది కమల.

'ఇప్పుడే కదా నీళ్ళు తాగాను. అతిథి మర్యాద ఏమైనా తగ్గిందా.' చందన్ అన్నాడు.

'నీళ్ళు తాగితే ఏమిటీ. నీళ్ళకేమైనా పైసలు ఖర్చవుతాయా. టీ గీ ఏదైనా కొంచెం...' పట్టుబట్టినట్లుగా అంది కమల.

కాని ఆమె మాటను ఏంతో గౌరవంగా తిరస్కరిస్తూ అన్నాడు చందన్, 'లేదు..లేదు.. ఇప్పుడు ఏమీ తీసుకోవాలని లేదు. మీరు కూర్చోండి. మీతో కొంచెం మాట్లాడాలని వచ్చాను.'

చాపను లాక్కుని కూర్చుని 'ఇప్పుడు చెప్పండి' అంది కమల.

'చూడండి కమల గారు. ఒకరి వ్యక్తిగత జీవితంలో జోక్యం చేసుకునే ఎలాంటి అధికారం నాకు లేదు . కాని మానవత్వం, సామాజికత్వం దృష్ట్యా ఒకరి దుఃఖం, బాధలో మరొకరు భాగస్వాములు కావచ్చు.'

'అవును ...' చందన్ ఆశయం కొంచెం అర్థమయ్యి అవ్వనట్లు అనిపించింది కమలకు. ఆమె చూపులు చందన్ ముఖం మీద కేంద్రీకృతమై ఉన్నాయి.

'ఈ రోజు మీ అబ్బాయిని నా స్కూలులో చేర్పించడానికి వచ్చి చేర్పించకుండా తిరిగి వచ్చినప్పుడు కొంచెం విచిత్రం అనిపించింది నాకు. మీ మనస్సులో ఏదో పెద్ద భారం ఉందని అనిపించింది. మీ జీవితంలో ఏదో క్రూరమైన సంఘటన జరిగి ఉంటుంది.' అని కమల వైపు చూశాడు.

'అవును' కమల ఇంకా చందన్ వైపే చూస్తూ ఉంది.

'ఈ బాబు మీ వాడే కదా?' మాటను అటు ఇటు తిప్పకుండా సూటిగా అడిగాడు చందన్.

'అవును, నా బాబే. ఇంకెవరి బాబు.' కమల బదులు ఇచ్చింది.

'అయితే మరి వాడి తండ్రి, అంటే మీ భర్త ఎవరు? ఎక్కడ ఉన్నారు? ఏం చేస్తారు?' చందన్ అసలు విషయం అడిగాడు.

ఉదయం ఈ ప్రశ్న నుంచే తప్పించుకుని వచ్చేసింది కమల. ఇప్పుడు మళ్ళీ అదే ప్రశ్న. ఉదయమైతే స్కూలు కాబట్టి వచ్చేసింది. కాని ఇప్పుడు ఇల్లు వదిలి ఎక్కడికి పోగలదు. ఆ ప్రశ్నకు ఎలా సమాధానం చెప్పాలోనన్న డైలమాలో పడింది కమల. పెళ్ళైన ఒక సంవత్సరం తరువాత భర్త చనిపోయాడని, తను విధవ అని ఇప్పటి వరకు అందరికి చెప్పుతూ వచ్చింది. భర్త పేరు తెలుసుకునే అవసరం గాని, అడిగే ప్రయత్నం గాని ఎవరు చేయలేదు. కాని ఇప్పుడేం

చేయాలి.

'వదిలేయండి బాబు గారు. తెలుసుకుని ఏం చేస్తారు.' కమల తప్పించుకునే ప్రయత్నం చేసింది.

ఆ ప్రశ్నకు సమాధానం ఇవ్వకుండ తప్పించుకోవాలని చూసింది. చందన్ కు ఆ విషయం అర్థం అయ్యింది. ప్రశ్నకు సమాధానం ఇవ్వకుండా పారి పోయే బదులు దానిని ఎదుర్కోవడానికి ప్రోత్సహించే ప్రయత్నం చేశాడు చందన్, 'నాకు చెప్పక పోయినా పరవా లేదు, కాని జీవితంలో ఎన్ని సార్లు ఈ ప్రశ్నను ఎదుర్కోవలసి వస్తుందో తెలియదు. మన సమాజంలో భర్త లేకుండ నైతికంగా తల్లి కాలేదు. భర్త లేకుండ ఆమెకు, ఆమె పిల్లలకు ఎలాంటి గుర్తింపు లేదు. ఎలాంటి ఉనికి లేదు. మరి మీరు ఇంకా ఎంత కాలం దాచి పెట్టగలరు? ఎన్నాళ్ళు సమాధానం ఇవ్వకుండ పారి పోతారు?'

కమల మొహం భాధతో నిండిపోయింది. ఆమె కళ్ళు చెమర్చాయి. గొంతు బొంగురు పోయింది. ధైర్యం తెచ్చుకుని అన్నది, 'నేను పుట్టెడు దుఃఖం లో ఉన్నాను బాబు గారు. నాకు భర్త లేదు .'

'ఎందుకు, ఏమైంది అతనికి? ఏమైన వ్యాధి ఉండేదా?' చందన్ ఆతృతతో అడిగాడు.

' ... మీకెలా చెప్పను బాబు గారు. నాకు పెళ్లి కాలేదు. నేను కన్యను.' చెప్పి కమల తలదించుకుని నేల వైపు చూడడం మొదలు పెట్టింది.

అందులో అంతగా ఆశ్చర్యం చెందవలసిన విషయమేమీ అనిపించలేదు చందన్ కు. ఎందుకంటే చాలా మంది అమ్మాయిలు కన్యలుగానే తల్లులు అవుతారని, చాలా మంది గొప్ప వ్యక్తులు, మేధావులు కూడ కన్యల గర్భం నుంచే పుట్టారని చందన్ కు తెలుసు.

'మరీ ఎవరితోనైనా ప్రేమ వ్యవహారమా...? ఎవరతను... పెళ్ళెందుకు చేసుకోలేదు?' చందన్ తరువాతి ప్రశ్న అడిగాడు.

'లేదు..లేదు... అలాంటి విషయమేమీ లేదు బాబు గారు.' నేల వైపు చూస్తూనే కమల అంది.

'అలాంటి విషయమేమీ లేక పోతే ఇంతకూ ఏమైంది మరి? మాటను అటు ఇటు ఎందుకు తిప్పుతున్నారు మీరు? విషయమేమిటో సూటిగా ఎందుకు

చెప్పడం లేదు మీరు?' చందన్ గట్టిగా అన్నాడు.

విలవిలలాడి పోయింది కమల. గుండెలు పిండినట్లయ్యింది. కళ్ళలో నీటి ధార ప్రవహించ సాగింది. ఎలాగోలా ధైర్యం తెచ్చుకుని అంది, 'ఎలా చెప్పను బాబు గారు. అతని తండ్రి ఎవరో నాకే తెలియదు.'

'ఏమిటి?... మీకే తెలియదా?' వేగంగా పరుగెడుతున్న ఎక్స్ప్రెస్ రైలుకు అకస్మాత్తుగా బ్రేకులు వేసినట్లు అనిపించింది. చందన్ కు గట్టి షాక్ తగిలింది. ఈసారి ఉలిక్కి పడకుండ ఉండలేక పోయాడు.

'అవును బాబు గారు. ఒకరైతే పేరు చెప్పేదాన్ని. కాని ఒకరు కాదు వాళ్ళు చాలా మంది ఉండే.' వెక్కి వెక్కి విలపించడం మొదలు పెట్టింది.

'ఓ హో! అదా విషయం'. సామూహిక మానభంగానికి కమల గురైందని చందన్ కు అర్థమయ్యింది. తెలియకుండానే విషాద వీణను మీటినట్లు అనిపించిందతనికి. తన మీద తనకే అసహ్యం వేసింది. కోపం వచ్చింది. కమల చాలా బాధ పడుతుంది. ఆమెలో ఉన్న దుఖాన్ని, బాధను పోగొట్టాలంటే ఒకటే ఉపాయం. వాటిని కన్నీళ్ళ ద్వారా బయటికి పంపించాలి. సహానుభూతితో మాట్లాడితే మనస్సు తేలిక అవుతుంది. అలా ఆమెను ఒదార్చవచ్చు.

కమల పట్ల సహానుభూతినీ వ్యక్తం చేస్తూ అతనన్నాడు, 'మీ బాధను అర్థం చేసుకోగలను కమల గారు. ఇలాంటి సంఘటనకు గురైన వారు మీరు ఒక్కరే కాదు. మీ లాంటి వారు ఎందరో యువతులు అలాంటి విషాదానికి గురవుతున్నారు. మీకు ఏదైతే జరిగిందో అది చాలా బాధాకరం. దురదృష్టకరం. అయితే ఇదెలా ఎందుకు జరిగిందో చెప్పగలరా?'

చందన్ సహానుభూతితో కూడిన మాటలతో కమలకు ఊరటతో పాటు ఆమెలో ధైర్యం కూడ పెరిగింది. కమల తనని తానూ నియంత్రించుకుంది. చందన్ కు జరిగిన విషయం చెప్పడం మొదలు పెట్టింది, 'చాలా సంవత్సరాల ముందు జరిగిన సంఘటన. మా అమ్మ నాన్నలు ఒక షావుకారు ఇటుకల భట్టీలో పని చేసే వారు. అక్కడే భట్టీ దగ్గరే ఒక గుడిసెలో మేమందరం ఉండే వాళ్ళం. నేను అక్కడే పుట్టాను. నా బాల్యం అక్కడే మట్టిలో ఆడుతూ, పాడుతూ గడిచింది. అక్కడే ఆ తోడేళ్ళు నా మానాన్ని దోచారు. నన్ను ఎక్కడా వదల లేదు.' తను ఏడవడం ఆపినప్పటికీ మధ్య మధ్యలో ఎక్కిళ్ళు వస్తూనే ఉన్నాయి.

'త్రాగడానికి నీళ్ళు కార్యాలయం కాంపౌండ్ లో ఉన్న కుళాయి నుంచే అందరు తెచ్చుకునే వారు . అంతకు మించి వేరే ఏర్పాట్లేమీ ఉండేవి కావు నీళ్ళ కోసం. బట్టలు కూడా కుళాయి గొళ్ళెం దగ్గర కూర్చుండి కుళాయి గట్టు మీదనే ఉతికే వాళ్ళం. ఒక రోజు మధ్యాహ్నం త్రాగడానికి నీళ్ళు తీసుకు రావడానికి కుళాయి దగ్గరకు వెళ్లాను. అక్కడ కార్యాలయంలో యజమాని తో బాటు ఇంకా చాలా మంది మందు తాగుతున్నారు. నేనేమీ వారి వైపు చూడ లేదు. బకెట్టులో నీళ్ళు నింపుకుని మా గుడిసె వైపు తిరిగి వస్తున్నాను. అప్పుడే యజమాని పిలిచాడు. 'కమల... మాకు కూడ ఒక గ్లాసెడు నీళ్ళు తాగించి వెళ్ళు.'

నా వద్ద గ్లాసు లేదు. అదే విషయం చెప్పాను. 'నా దగ్గర గ్లాసు లేదు దొరా.'

'అయితే బక్కెట్టు తీసుకు రా, కాని నీళ్ళు మాత్రం తాగించాలి. గొంతు ఏండి పోతుంది.' యజమాని అన్నాడు. నేను మామూలుగానే బకెట్టు తీసుకుని కార్యాలయం లోనికి వెళ్లాను. కార్యాలయం కాంపౌండ్లో, దాని చొట్టు ప్రక్కల ఉన్న చెట్ల క్రింద చిన్నప్పటి నుంచి మేము ఆడుకునే వాళ్ళం. చాలా సార్లు కార్యాలయం లోపలి కూడ వెళ్ళే వాళ్ళం. అందువలన మనస్సులో ఎలాంటి భయం గాని, బిడియం గాని ఉండేది కాదు. యజమానికి గాని, కార్యాలాయానికి వచ్చే వారికి అంతకు ముందు కూడ తాగడానికి నీళ్ళు ఇచ్చే వాళ్ళం. కాని ఆ రోజు నేను కార్యాలయం లోపల అడుగు పెట్టగానే ఒక వ్యక్తి లేచి తలుపు మూశాడు. నేను అర్థం చేసుకునే లోపలే ఆ తోడేళ్ళు నా మీద పడ్డాయి. నేను కాళ్ళు చేతులు కొట్టుకున్నాను, అరుపులు కేకలు వేశాను. కాని అన్నీ వ్యర్థం అయ్యాయి. నా శాయశక్తులా ప్రతిఘటించాను. నిస్సహాయ స్థితిలో పడి పోయాను. ఒకరి తరువాత ఒకరు నా శరీరాన్ని నులిమేశారు. కోరికలు తీర్చుకున్నారు.' అంటూనే కొంగును నోట్లో పెట్టుకుని గట్టిగ ఏడ్వడం మొదలు పెట్టింది.

కమల దారుణ గాథ చందన్ మస్తిష్కం లోని తంత్రాలను కదిలించి వేసింది. గాంభీర్యం లోకి వెళ్ళాడు. కొద్ది సేపటి వరకు మౌనం, మూగ వాడి మాదిరిగా కమల కన్నీటి ధారలను చూస్తూ ఉండి పోయాడు. మళ్ళీ అడిగాడు, 'ఈ విషయం గురించి మీ అమ్మ నాన్నకు తెలియదా?'

'తెలిసింది. తరువాత అన్నీ విషయాలు నాన్నకు తెలిశాయి.' ఏడుస్తూనే కమల చెప్పింది.

'ఆయనేమి చేయలేదా?' చందన్ అడిగాడు.

'ఆయనేం చేయగలడు. వారి పనే చేయాలి. వారు ఇచ్చిందే తినాలి. నాన్న కొంచెం నోరు తెరిచాడో లేదో ఆ దుర్మార్గులు చంపేసినంత పని చేశారు. శరీరమంతా నీలం రంగుగా మారింది. తల పగిలి పోయింది. దెబ్బలు తింటూనే ఉన్నాడు. అరుపులు కేకలు వేస్తూనే ఉన్నాడు. చివరకు మూర్ఛబోయి క్రింద పడ్డాడు.' కమల వెక్కి వెక్కి ఏడుస్తు వివరించింది.

వినగానే ఆక్రోశంతో చందన్ కళ్ళు ఎర్రబడ్డాయి. ఆ సమయంలో మానభంగం చేసిన వారిలో ఏ ఒక్కరైనా దొరికితే గొంతు పిసికి చంపేదాన్ని. 'ఈ అత్యాచారానికి వ్యతిరేకంగా ఎవరు మాట్లాడ లేదా?' అతను అడిగాడు.

'లేదు. యజమానికి భయ పడి ఎవరు కూడ నోరు విప్ప లేదు. వాళ్లది కూడ నాన్నకు పట్టిన గతే పడుతుందని అందరు భయపడ్డారు.' అని అంది.

'పోలీసుకు రిపోర్టు చేశారా?' చందన్ మరిన్ని వివరాలు తెలుసుకోవాలనుకున్నాడు.

'నాన్న వెళ్ళాడు. రిపోర్టు చేద్దామని. కాని ఇన్స్పెక్టర్ జేబుని యజమాని ముందుగానే నింపేశాడు. రిపోర్టు రాయడానికి బదులు నాన్ననే కొట్టి కొట్టి తరిమేశాడు ఇన్స్పెక్టర్.' నాన్న గుర్తుకు రాగానే కమల కళ్ళు మళ్ళీ కన్నీళ్ళతో నిండి పోయాయి.

కమల విషాద గాథ విన్నాక ఆమె పట్ల చందన్ కు సహానుభూతి కలిగింది. కమల గురించి ఇంకా తెలుసుకోవాలనే కోరిక చందన్ లో పెరిగింది. 'మీరు ఇక్కడికి ఎలా వచ్చారు? మీ అమ్మ నాన్నలు ఎక్కడ ఉన్నారు?'

'నేను, నాన్న ఇద్దరమే ఉండే వాళ్ళం. అమ్మ చిన్నప్పుడే చని పోయింది. నాన్న గురించి నాకేమి తెలియదు. అంతా పోగొట్టుకున్న తరువాత ఎవ్వరికీ కూడా ముఖం చూపించే పరిస్థితి లేదు నాది. ఆ రాత్రే ఇల్లు వదిలేశాను. అక్కడ ఇక్కడ తిరుగుతూ ఎలాగోలా ఇక్కడికి వచ్చాను. బ్రతకడానికి ఏదో ఒకటి చేయాలి. అందుకనే ఇళ్ళలో అంట్లు తోమడం మొదలు పెట్టాను. ముందు కాంతి నగర్ లో ఉండేదాన్ని. అక్కడే కిలాడీ పుట్టాడు. వీడొక మురికి. ఈ మురికిని ఎక్కడైనా పడేయాలి అని ముందు ఆలోచించాను. కాని తల్లి ప్రేమ నన్ను నిలువరించింది. అలా చేయ లేకపోయాను'. ఒడిలో కూర్చున్న కిలాడీ తల నిమురుతూ కమల అంది, 'ఇప్పుడు వీడే నాకు ఆసరా. పెద్దోడయ్యాక నాపై జరిగిన అత్యాచారానికి,

అన్యాయానికి ప్రతీకారం తీసుకోవాలని నా కోరిక.' కొంచెం ఆగి మళ్ళీ చెప్పింది, 'కూలి నాలి చేసి వీడిని చదివించాలనుకున్నాను. కాని ఈ అభాగ్యుడికి చదువుకోవడం రాసి పెట్టలేదేమో. చదివించాలనుకులన్న చదివించలేక పోతున్న. ఎంతటి అస్సహాయురాలుని.' అంటూ ఎంతో నిరాశకు గురయ్యింది కమల. ఆవిడ కళ్ళలో నుంచి నీళ్ళు కారుతున్నాయి.

కమల వ్యథ విన్న తరువాత చందన్ హృదయం ద్రవించకుండ ఉండలేక పోయింది. ఆలోచిస్తున్నాడు. 'ఈ సమాజంలో ఎలాంటి విచిత్ర వ్యవస్థ. ఒక వైపు దౌర్జన్యాలకు పాల్పడే తోడేళ్ళు. మరో వైపు కమల లాంటి అమాయక, అసహాయ యువతులు. ఒక వైపు సృష్టికి ఆధారం ఆడది అని భావిస్తారు, ఆమె దేవత అని, మాతా అని కాళ్ళు మొక్కుతారు. శ్రద్ధాసక్తులతో ఆమెను పూజిస్తారు. మరోవైపు కమల లాంటి యువతులు సమాజంలో ఆట బొమ్మల వంటి వారు. వారిని పురుషులలో ఒక వర్గం తమ కోరికలను తృప్తి పరిచే సాధనాలుగానే చూస్తుంది. వారిని బలత్కరిస్తారు. ఒక వైపు నారీ అక్క, చెల్లి , కూతురు. వారి గౌరవం ప్రాణం కన్న విలువైనది. మరో వైపు కమల లాంటి యువతులను బహిరంగంగా అగౌరవ పరుస్తారు. వారి శరీరం, యౌవనం సమాజంలోని ఆ తోడేళ్ళ యౌన త్రుష్ణాగ్నిని చల్లార్చే సాధనాలు మాత్రమే .'

కమల ఇంకా చెబుతూనే ఉంది. 'మిగతా అమ్మాయిల కన్నా నా రంగు బాగుండడం, మిగతా అమ్మాయిల కన్నా ముక్కు మొహం బాగుండడమే నా దోషం . ....కొంచెం వికృతంగా ఉండి ఉంటే బహుశా నా జీవితం నాశనం అయి ఉండేది కాదేమో.' అంటూనే వెక్కి వెక్కి ఏడుస్తుంది.

చందన్ ఆలోచిస్తున్నాడు, 'ఒకవేళ మిగతా అమ్మాయిల కన్నా అందంగా ఉంటే అందులో కమల దోషమేమిటి...మిగతా అమ్మాయిల కన్నా ఆమె ముక్కు మొహం బాగుంటే జీవితాన్ని నాశనం చేయడమేనా, దౌర్జన్యం చేయడమేనా. ఒకవేళ ఆమె యవ్వనం వికసించే పువ్వు అయితే ఆ పువ్వు ను కొమ్మ నుంచి తెంపి వేయడమేనా. కాలితో నలిపి వెయడమేనా. ...లేదు. ఇది అత్యాచారం . దోపిడీ. ఆటవికం. ఏదో ఒక రోజు అది నశిస్తుంది. ఎప్పుడైతే కమల లాంటి యువతులు తమ మీద జరిగిన అత్యాచారాలకు ప్రతీకారం తీర్చుకోవడానికి స్వయంగా నిలబడతారో అప్పుడు ఈ అత్యాచారాలు చేసే వారు, ఈ దుష్ట తోడేళ్ళు తప్పకుండ నశిస్తాయి.'

ఒక్క క్షణం ఆవేశంలోకి వచ్చాడు చందన్. అతని ముఖం ఎర్ర బడింది. పిడికిళ్ళు బిగించాడు. మెడను పైకి లేపి పళ్ళు కొరకడం మొదలు పెట్టాడు. కాని వెంటనే తనని తానూ నియంత్రించుకున్నాడు. తన గదిలో లేడని, కమల ఇంటిలో ఉన్నానని అతనికి గుర్తొచ్చింది.

ఇప్పటి వరకు తానొక్కడే అసమానతలకు, దోపిడీకి, అన్యాయానికి వ్యతిరేకంగా పోరాడుతున్నానని అనిపించేది అతనికి. అప్పుడప్పుడు బాగా నిరాశ చెందే వాడు. కాని కమల ధైర్యాన్ని చూసి తానూ ఒంటరివాడు కాదని అనిపించింది. కమల ఒక యువతి అయి ఉండి దోపిడీ, అత్యాచారాలకు వ్యతిరేకంగా పోరాడ గలిగితే ఆ పోరాటంలో పురుషులు ఇంకా ఎక్కువ ముందుకు రావాలి. నారి శక్తి గురించి తనకేమి తెలియదు. ఇప్పుడు నారి శక్తి అంటే ఏమిటో తెలిసి వచ్చింది. కమల ఒకర్తే కాదు, బహుశ కమల లాంటి ఎంతో మంది యువతుల హృదయాలలో ప్రతీకార జ్వాల రగులుతుందేమో అని అనిపించిందతనికి. ఈ మహత్తరమైన బ్రతుకు పోరులో నారీ శక్తిని ఉపయోగించడం ఎంతో అవసరమని అతనికి అర్థం అయ్యింది. తన పోరాటంలో ఇంకా కొన్ని క్రొత్త సంఘాలు కట్టాలని, ఇంకా ఎక్కువ శక్తితో ఈ పోరాటం చేయాలని అతను నిర్ణయించుకున్నాడు.

'మీరు ధైర్యంగా ఉండండి కమల గారు. ఈ దుర్మార్గులు ఏదో ఒకరోజు అంతం అవుతారు. నేను మీకు తోడుగా ఉంటాను. మీ కెలాంటి ఇబ్బంది ఎదురైనా నాకు చెప్పండి. మీకు పూర్తిగా సహకరిస్తాను.' అని చందన్ లేచి నిలబడ్డాడు.

'సరే ...'...వెళ్తూ వెళ్తూ ఆగి అన్నాడు. 'రేపటి నుంచి మీ అబ్బాయిని తప్పకుండ స్కూలుకు పంపించండి. నేను చదువు చెప్పుతాను.'

'కాని, బాబు గారు?...' ఏదో చెప్ప బోయింది కమల.

ఆమె ఏం చెప్పాలనుకుందో చందన్ కు అర్థం అయ్యింది. ఆమె సందేహాన్ని నివృత్తి చేస్తూ అన్నాడు, 'దాని గురించి ఆలోచించకండి. పేరు ఒక గుర్తింపు సాధనం మాత్రమే. ఒకవేళ తల్లితోనే పిల్ల వాడికి గుర్తింపు వస్తే తల్లి పేరే రాయవచ్చు.' అని వెనక్కి తిరిగి వెళ్లి పోయాడు.

చందన్ పట్ల కృతజ్ఞతా భావం నిండి పోయింది కమల హృదయంలో. ఆమె

ఆలోచిస్తుంది, 'ఇతను మనిషేనా లేదా దేవదూతనా. ఎంత సహృదయుడు. ఎంత ఆత్మీయుడు. ఎంత సహచరుడు. నేటి ప్రపంచంలో ఇలాంటి వ్యక్తులు కనబడతారా. వ్యక్తుల గుంపులో భిన్నమైన వ్యక్తి అతను.' వీధి చివరి మలుపు తిరిగే వరకు చందన్ ని అలాగే తదేకంగా చూస్తూ ఉండి పోయింది కమల.

9

మొదట్లో చందన్ కొంచెం అన్యమనస్కంగా ఉండేవాడు. కాని కొద్ది రోజుల్లోనే సంత్ నగర్ ప్రజలతో కలిసి పోయాడు. అందరితో పాటు ఉంటూ, అందరి కష్ట సుఖాల్లో పాలు పంచుకునే వాడు. చందన్ పూర్తిగా మారి పోయాడు. గతంలో పాటలు పాడే వారిని తన గది కిటికీ నుంచే చూసే వాడు. కాని ఇప్పుడు ఆట పాటలలో స్వయంగా పాల్గొంటున్నాడు. వంకర్లు తిరుగుతూ చాలా బాగా నృత్యం చేస్తాడు. డోలు, కంచు తాళం కూడా వాయించడం మొదలు పెట్టాడు. ఇక పాడడంలో అతనికి ఎవరు సాటి లేరు. పద్యం గాని, పాట గాని, జాన పదం గాని, భజన గాని, భక్తీ పాటలు గాని ఏవైన లయ బద్ధంగా పాడుతాడు. గొంతులోనే ఒక ఆకర్షణ. ఏది పాడిన ఇట్టే అందరు ఆకర్షితులవుతారు. నిజం చెప్పాలంటే చందన్ లేకపోతే ఉత్సవాలన్నీ బోసి పోయినట్లే.

చందన్ స్కూలు కూడా బాగా నడుస్తుంది. ప్రజలను చదివించడం, వారిని సంఘటిత పరచడం, వారిలో జాగృతి నింపడం ఇవే అతని ఆశయాలుగా ఉండేవి. ఈ ఆశయాలను కార్యరూపంలో పెట్టడానికి తను అంకిత భావంతో పని చేసేవాడు. సంత్ నగర్ ప్రజలు అతని మూలంగా ఎంతో సంతోషంగా ఉండేవారు. చందన్ ఎక్కడో బయటి నుంచి వచ్చిన వ్యక్తిలా ఎవరికీ అనిపించదు.

చందన్ కూడా ఎప్పుడు అలా అనుకోలేదు. అతను కూడా చాలా సంతోషంగా ఉండేవాడు. ఉదయం కాలేజీ, తరువాత స్కూలు, సాయంత్రం అందరితో కలుపు గోలుగా ఉండడం అలా అతని రోజులు గడుస్తున్నాయి.

కమలతో కూడ సాన్నిహిత్యం పెరిగింది. కొడుకుతో పాటు కమల అప్పుడప్పుడు స్కూలుకు వచ్చేది. అతను కూడ ఆమె ఇంటి వైపు వెళ్ళే వాడు. చాలా సేపటి వరకు ఇద్దరు మాట్లాడుకునే వారు. కమల బస్తీలో ఉండే వారి గురించి రకరకాల సమాచారం ఇచ్చేది. అతని జీవితంలో మరియు ప్రపంచంలో జరుగుతున్న కొత్త కొత్త సంఘటనల గురించి తెలియ చెప్పేవాడు. చందన్ నుంచి గొప్ప ప్రేరణ దొరికేది కమలకు. స్వయంగా చందన్ కూడ సమాజంతో పోరాటం చేసేందుకు ప్రేరేపించే వాడు. ప్రోత్సహించే వాడు. ఇక సుఖ దు:ఖాలలో కూడ ఒకరికొకరు భాగస్వాములు కావడం మొదలు పెట్టారు వారిరువురు. ఒకరికొకరు సన్నిహితులు కావడం ఇరువురికి ఇష్టంగానే ఉంది. ఎప్పుడైనా కమల కొన్ని రోజులు కనబడక పోతే చందన్ ఆమెతో కలవడానికి తపించేవాడు. చందన్ ఏ మాత్రం కలత చెందినా లేదా ఆలోచనలో మునిగి పోయినా కమల కూడ గంటల తరబడి అతని దగ్గరే కూర్చునేది. ధైర్యం చెప్పేది. అతనిని సంతోష పెట్టడానికి వంద కారణాలు వెతికేది. చందన్ కూడ కమల ఎదురుగా ఉంటే తన కష్టాలను, బాధలను మరచి పోయే వాడు.

అలా సవ్యంగా సంతోషంగా చందన్ జీవితం గడుసున్నది. అయితే సంతోషంగా నడుస్తున్న జీవితంలో అప్పుడప్పుడు అకస్మాత్తుగా అవరోధాలు ఏర్పడతాయి. అలాంటి అవరోధమే ఒక రోజు చందన్ జీవితంలో అకస్మాత్తుగా ఏర్పడింది.

నిజానికి చాలా రోజుల నుంచి చందన్ కలతతో అన్యమనస్కంగా ఉండే వాడు. కాని ఆ రోజు కొంచెం ఎక్కువగానే కలత చెందుతున్నాడు. ఏమి తిన లేదు. తాగ లేదు. దీనంగా తన గదిలో కూర్చున్నాడు. కాలేజీకి వెళ్లాలని గాని, స్కూలును తెరవాలని గాని అనిపించ లేదు. బహుశా చందన్ ఆరోగ్యం బాగా లేదేమోనని హరియా అనుకున్నాడు. ప్రక్కనే క్లినిక్ ఉంది. పరుగెత్తుకెళ్ళి డాక్టరును తీసుకు వచ్చాడు. డాక్టరు కాళ్ళు చేతులు చూశాడు. పొట్టని పరిశీలించాడు. స్టెతస్కోపుతో మొత్తం శరీరాన్ని పరీక్షించాడు. కాని రోగమేమిటో తెలియ లేదు. డాక్టరుకు అడగాల్సి వచ్చింది, 'ఎక్కడైనా నొప్పి ఉందా?'

'లేదు' తిరస్కార భావంతో తలూపాడు చందన్.

'పొట్టలో ఏమైన ఇబ్బందా?' పొట్టలో వ్రేళ్ళను గుచ్చుతూ డాక్టరు అడిగాడు.

'లేదు' మళ్ళీ తిరస్కారంగా తల ఊపాడు.

ఎక్కడా ఏమీ లేదు. బహుశ నాలుకతో ఏమైన తెలుస్తుందో ఏమో అని డాక్టరు ఆలోచించి చందన్ ని నాలుక చూపెట్టమని అడిగాడు, 'నాలుక చూపెట్టు.'

చందన్ నాలుక చూపెట్టాడు. కాని దానితో కూడ వ్యాధి ఏమిటో పసిగట్ట లేక పోయాడు డాక్టరు. 'ఏమైనా ఇబ్బందా, ఏదైనా బాధ?' గుచ్చి గుచ్చి అడిగాడు. ఏదైనా వ్యాధి ఉంటే చందన్ చెప్పేవాడు. శారీరకంగా ఎలాంటి వ్యాధి లేదు. మరి ఎలా చెప్పుతాడు. తనకు ఎలాంటి రోగం లేదని బాగానే ఉన్నానని డాక్టరుకు స్పష్టంగా చెప్పాలనుకున్నాడు చందన్. అయితే ఎంతో ప్రేమతో హరియా డాక్టరుని తీసుకు వచ్చాడని ఆలోచించి మౌనంగా ఉండి పోయాడు. డాక్టరుని వెనక్కి పంపిస్తే డాక్టరే కాదు హరియా కూడ నొచ్చుకుంటాడు. అతని మనోభావాలు తప్పకుండ దెబ్బ తింటాయి. అది చందన్ కు ఇష్టం లేదు.

ఇతరుల కోరికల ముందు తమ మనసుని అదుపు చేసుకోవడమే కాదు కదా ఇతరుల మనో భావాలను గౌరవించడం కోసం అప్పుడప్పుడు వారి కోరికలకు అనుగుణంగా నడుచుకోవలసి వస్తుంది. ఇంకా చెప్పాలంటే నటించ వలసి వస్తుంది. ఇప్పుడు చందన్ పరిస్థితి కూడ అలాగే ఉంది. డాక్టర్ని వెనక్కి పంపిద్దామనుకున్నాడు. ఎందుకంటే ప్రస్తుతం అతని అవసరం లేదు. ఏదైనా రోగమో నొప్పో వచ్చినప్పుడు డాక్టరు అవసరం ఉంటుంది. కాని అలాంటి సందర్భం లేదు. అతన్ని మనస్సంతా అయోమయం. తీవ్రమైన ఒత్తిడి. దీనికి సంబంధించిన చికిత్స డాక్టరు దగ్గర లేదు. కాని బలవంతంగా హరియా డాక్టర్ని తీసుకువచ్చాడు. అతనిని గౌరవించాలి కదా మరి. చందన్ డాక్టర్ని వద్దంటే హరియా ఏమనుకుంటాడో. అందుకే ఏమీ అనలేదు. డాక్టరు రెండు మూడు మాత్రలు ఇచ్చి వెళ్లి పోయాడు. హరియా టీ తయారు చేశాడు. ఎవరితోనో పండ్లు తెప్పించాడు. పనంతా వదిలేసి చందన్ పక్కనే కూర్చున్నాడు. చందన్ ని ఒకసారి నీళ్ళు తాగమంటాడు. మరొక సారి టీ తాగమంటాడు. మరి కొద్ది సేపటికి పండ్లు కోసి తినిపిస్తాడు.

హరియా స్నేహాన్ని చూసి చందన్ కళ్ళలో నీళ్ళు తిరిగాయి. 'హరియా తనని ఎంత బాగా చూసుకుంటున్నాడు. తమ వారైన ఇంతకన్నా గొప్పగా

చూస్తారా...? ఎంత సంతోషం, తన్మయత్వం చెందుతున్నాడు. ముందు ముందు హరియా పరిస్థితి ఏమిటి. రేపు కాలేజీ నుంచి నా పేరు తీసేస్తారు. ఇక్కడి నుంచి వెళ్లి పోతాను. అతనెలా ఉండగలడు. ఎవరి తోడు బ్రతక గలడు.'

దీర్ఘాలోచనలో పడ్డాడు చందన్. ఆలోచిస్తుంటే మనస్సు కాకావికాలమవుతుంది. తను కూడా హరియాతో బాగా కలిసి పోయాడు. బొమ్మలు అమ్ముకుని హరియా సాయంత్రం ఇంటికి వచ్చేంత వరకు వరండాలోనే మంచం వేసుకుని గుమ్మం వైపు ఎదురు చూస్తూ కూర్చునేవాడు. ఇన్నాళ్ళు అతనితో ఎంతో స్నేహంగా, ప్రేమతో బ్రతికాడు. ఇప్పుడు అతనినే వదల వలసి వస్తుంది. వదల లేక మరేం చేయగలడు. వేరే దారి కూడా లేదు.

హరియా తరువాత కమల కూడ గుర్తొచ్చింది. అత్యాచారాలను, విధ్వంసాన్ని మౌనంగా సహిస్తూ, సమాజాన్ని ఎదిరించే సాహసం చేయలేక తమలో తామే రాజీ పడే ప్రవృత్తి ఉన్న సమాజంలో దోపిడీ, అన్యాయాలకు వ్యతిరేకంగా గొంతు విప్పే కమల లాంటి ధైర్య సాహసాలు కలిగిన యువతులు ఎక్కడ ఉంటారు. చందన్ ప్రోత్సాహంతో కమలలో క్రొత్త శక్తి ప్రవహిస్తుంది. 'ఇక కమలను కూడా వదిలి పెట్టి వెళ్ళాలి. ఇంకా ఎన్నాళ్ళు, ఆమె ఇంకెంత పోరాటం చేయగలదు. ఒంటరిదై పోతుందేమో.'

చందన్ లో నిరాశ పెరిగి పోతుంది. మనసు బాగా కలత చెందుతుంది. తన దు:ఖానికి కారణం ఏమిటో చెప్పక పోయినా ప్రయోజనమేమీ లేదు. అలాంటప్పుడు హరియాతో ఉన్నది ఉన్నట్లు చెప్పేస్తే. చాలా సేపటి వరకు చందన్ ఈ విషయం గురించి ఆలోచించాడు. చివరకు హరియాకు చెప్పేసాడు, 'బాబా మీరు నన్ను ఎంతో ప్రేమతో చూసుకుంటున్నారు. బహుశ నేను మీ దగ్గర ఇంకా ఎక్కువ రోజుల ఉండక పోవచ్చు.'

కరెంటు తీగ మీద అకస్మాత్తుగా చెయ్యి పడినట్లు హరియా ఎగిరి పడ్డాడు, 'ఏమిటి?... ఏమంటున్నావు నువ్వు?'

' నిజం బాబా. మిమ్ముల్ని వదిలి నేను వెళ్ళాల్సిందే.' బహుశ సరిగ్గా విన లేదేమోనని, ఒకవేళ విన్నా అర్థం చేసుకోవడంలో ఏదో పొరబాటు జరిగిందని హరియాకు కొంచెం సందేహం కలిగింది. అయితే చందన్ అన్న మాటలతో సందేహం పటాపంచలయ్యింది.

వెళ్లి పోతాను అని చందన్ అన్న మాటలు హరియాకు రుచించ లేదు. చందన్ ఒక చిలుక అని, ఆ చిలుకలో అతని ప్రాణాలు దాగి ఉన్నాయని, అయితే ఆ చిలుకని పంజరంలో బంధించి ఎవరో పరాయి దేశానికి తీసుకు వెళ్తున్నారని అతనికి అనిపించింది. హరియా ప్రాణాలు పంజరంలో కొట్టుకుంటున్నాయి. అతను అన్నాడు, 'కాని ఎందుకు నాయనా, ఏమైందని? ఈ ముసలోడి వల్ల ఇబ్బంది ఏమి కలగలేదు కదా?'

'అలాంటిదేమీ లేదు బాబా. మీరు నన్నెంతగా ప్రేమిస్తారో, ఈ మధ్య నా కోసం ఏమేమీ చేశారో నాకే తెలుసు.' అంటుండగా చందన్ గొంతు బొంగురు పోయింది.

'మరి విషయమేమిటి? ఏం ఇబ్బంది చదువుని మధ్యలోనే మానేసి వెళ్లి పోతానంటున్నావు.' చందన్ ఇబ్బందికి గల కారణాలను తెలుసుకోవాలని హరియా ప్రయత్నం చేస్తున్నాడు.

తన ఇబ్బందులు ఎలా చెప్పేది. సాహసం చేయలేక పోతున్నాడు. 'అవును బాబా. పరిస్థితులు అలా ఉన్నాయి.' అని మాత్రం అనగలిగాడు.

'అయినా చెప్పితే కదా బిడ్డ! నేనేమైన చేయగలనేమో. నేనొక్కడిని చేయలేక పోతే మేమందరం కలిసి ప్రయత్నం చేస్తాం. ఇక్కడి వారంతా నిన్నెట్లా చూసుకుంటారు. ఎంతగా ప్రేమిస్తారు. ఇక్కడి ప్రజలకు ఒక కొత్త జీవితాన్ని ఇచ్చావు. కష్టాలు, బాధలలో అందరితో ఉంటావు. అలాంటప్పుడు నీ కష్టాలను ఎందుకు పంచుకోం.' అతనిలో ధైర్యం నింపే ప్రయత్నం చేశాడు హరియా.

'పరీక్షలు దగ్గర పడ్డాయి. ఇంత వరకు ఫీజు కట్ట లేదు. ఫీజు కట్టడానికి రేపు ఆఖరి రోజు. రేపు ఫీజు కట్టక పోతే కాలేజీ నుంచి పేరు తీసేస్తారు.' చందన్ మాటలలో నిరాశ స్పష్టంగా కనబడుతుంది.

'ఓహో .. ఇదా నీ ఇబ్బంది.' హరియా కొంచెం ఆగాడు. మళ్ళీ అన్నాడు, 'ఫీజు ఎంత కట్టాలి, చెప్పు.'

ఆశలు అన్నీ వదిలేసుకున్నట్లు ఎంతో పేలవంగా చందన్ చెప్పాడు, 'రెండు వందల రూపాయలు.'

'రెండు వందల రూపాయలు... ఓస్ అంతేనా.. దీనికే మంచం పట్టావా. లే.. లేచి కాళ్ళు చేతులు కడుక్కో. అన్ని ఏర్పాటవుతాయి.' ఆదేశించినట్లు అన్నాడు

హరియా.

హరియా మాటలు విని ఆశ్చర్య పోయాడు చందన్. 'కాని ఎక్కడి నుంచి. ఎలా ఏర్పాటవుతాయి?'

హరియా అతనికి భరోసా ఇచ్చాడు, 'ఏర్పాటవుతాయని చెప్పాను కదా. నా మీద నమ్మకం లేదా?'

'అలా కాదు బాబా. మీ మీద నాకు పూర్తీ నమ్మకం ఉంది. కాని మీకు కూడా పరిమితులున్నాయి కదా! అంత డబ్బును మీరు కూడా ఎక్కడి నుంచి ఏర్పాటు చేస్తారు.' అతన్ని సంతోషంగా, ఆనందంగా ఉంచడం కోసం హరియా ఇవన్నీ అంటున్నాడని చందన్ కు అనిపించింది. అతని మనసు అలాగే నిరాశలో కొట్టుమిట్టాడుతుంది. హరియాను విశ్వసించ లేకపోతున్నాడు.

కాని హరియా అతనికి నమ్మకం కలిగించాడు, 'ఆందోళన చెందవలసిన అవసరం లేదు. కొన్ని డబ్బులు నా దగ్గర ఉన్నాయి. మిగతావి అప్పు తీసుకుంటాను. తరువాత తీర్చేస్తాను.'

'బాబా...!' చందన్ కళ్ళలో నీళ్ళు నిండాయి. గుండెల మీద ఉన్న భారం దిగి పోయినట్లని పించింది. మనస్సు తేలిక పడింది. అనాయాసంగా అన్నాడు, 'అయితే నేను పరీక్షలు రాస్తానా?'

'అవును బిడ్డ! ఇక నుంచి నువ్వు ఇంటి నుంచి పైసలు పంపమని అడగవలసిన అవసరం లేదు. నేను ఉన్నంత వరకు ఎలాంటి ఆందోళన చెందవలసిన అవసరం లేదు. ఇతరుల గురించి నువ్వెంతో శ్రద్ధ తీసుకుంటావు. నీ గురించి కూడ ఎవరైనా శ్రద్ధ తీసుకునే వాళ్ళు కావాలి. నీవొక్కడివే సమాజం కోసం ఎంతో చేస్తున్నావు. నేను చదువుకో లేదు. సత్తువ తగ్గిన ముసలోడ్ని. నీవు చేస్తున్న గొప్ప పోరాటంలో కలిసి నడవలేను. నేను కూడా ఏదైనా చెయ్యాలి. అది నా నైతిక బాధ్యత. నేనా ఎక్కువ చేయలేను. కాని ఈ రోజు నుంచి నీ ఖర్చులన్నీ నేను భరిస్తాను.'

ఇప్పటి వరకు చందన్ దృష్టిలో హరియా ఒక నిరక్షరాస్యుడు. ప్రపంచం గురించి, సమాజం గురించి ఏమీ తెలియని ఒక బొమ్మలు అమ్ముకునే వాడు. ఇంత సామాజిక చైతన్యం హరియాలో ఉందని అతనికి ఎప్పుడు అనిపించ లేదు. అందుకే హరియా నోటి నుంచి వెలువడిన మాటలు విని చందన్

ఆశ్చర్యచకితుడయ్యాడు, 'మిగతావన్నీ పరవాలేదు బాబా. కాని మీరు ఎక్కడి నుంచి ఎలా చేస్తారు అన్నింటినీ?'

'నీకు తెలుసు కదా బిడ్డ. నాకు తాగే వ్యసనం ఉంది. నా సంపాదనలో ఎక్కువ భాగం మందుకే ఖర్చు చేస్తాను.' చందన్ కు అతని మాటలలోని ప్రభావం, కళ్ళల్లో మెరుపు కనబడుతుంది.

'అవును, తెలుసు.' హరియా వైపు చూస్తూ అన్నాడు.

'అయితే ఈ రోజు నుంచే నేను తాగడం మానేస్తాను.' హరియా కంఠంలో దృఢత్వం కనబడింది.

హరియా మందు మానేయడం ఆనందదాయకమే. అయితే తన కోసం మానేయడం అనే విషయంతో చందన్ పరవశించిపోయాడు. సంతోషంతో ఎగిరి గంతేసాడు. 'బాబా...' అంటూ గట్టిగా హరియాని హత్తుకున్నాడు.

హరియా కూడా చందన్ ని హత్తుకున్నాడు. చాలా సేపటి వరకు ఇద్దరు అలాగే హత్తుకుని ఉండి పోయారు. ఇరువురి కళ్ళల్లో నీళ్ళు చెమర్చాయి.

10

సుఖ్ఖా పొలం జప్తుకి గురి అయ్యింది. లాలా (షావుకారు) ఇంటిని కబ్జా చేశాడు. ఠాకూర్లు, జమీందార్లు తమ పొలాల్లో పని చేయకూడదని నిషేధించారు. బ్రతికడానికి కావలసిన అన్ని దారులు మూసుకు పోయాయి. గత్యంతరం లేక చివరకి ఊరిని వదల వలసి వచ్చింది సుఖ్ఖాకు. ఉండడం కోసం అక్కడ ఇక్కడ చాలా ఎదురు దెబ్బలు తిన్నాడు. ఎంతో మందిని వేడుకున్నాడు. కాని ఎక్కడా ఏ ఆసరా దొరకలేదు. చివరికి పక్కనే ఉన్న టౌన్కు వెళ్ళాడు. టౌన్ లోని ఖాళీ స్థలంలో ఎలాగోలా మట్టి గోడలు లేపి గుడిసె వేసుకుని ఉండడం ప్రారంభించాడు.

పొద్దునే లేచి కూలీ నాలీ కోసం సుఖ్ఖా బయలు దేరుతాడు. ఎక్కడ ఏ పని దొరికినా చేసేస్తాడు. రమియా కూడ అక్కడిక్కడి కట్టెలు మొదలైనవి ఏరుకుని వస్తుంది. ఏదో రకంగా జీవనం గడుపుతూ కొద్దో గొప్పో మిగిల్చి చందన్ కు పంపేవారు. చందన్ త్వరలోనే చదువు పూర్తి చేసుకుని ఏదైనా మంచి హోదాకి చేరుకుంటాడేమోనని రాత్రింబవళ్ళు ఆశలు పెట్టుకునే వారు.

రోజులు గడిచే కొద్ది ఇరువురి వయస్సు కూడ మీద పడుతుంది. రమియా మీద ముసలితనం కొంచెం ఎక్కువే ప్రభావం చూపుతుంది. చర్మం ముడతలు

పడుతుంది. నడుము వంగి పోతుంది. కంటి చూపు కూడ తగ్గి పోతుంది. వంట వార్పూ కూడ సరిగ్గా చేయలేక పోతుంది ఆమె.

ఇంటికి కోడలు వస్తుందని రమియా కొన్నేళ్ళ నుంచి మనస్సులో కల గంటుంది. గజ్జెల చప్పుడు చేస్తూ ఇళ్లంతా తిరుగుతుంది. మనవలు, మనుమరాండ్లు వస్తారు. వరండాలో కేరింతలు కొడుతూ తిరుగుతారు. ఇల్లు సంతోషంతో నిండి పోతుంది. వీటి గురించి ఆలోచించినప్పుడు ఆమె మనసు ఉల్లాసంతో నిండి పోతుంది. తొందరలోనే చందన్ పెళ్లైయ్యి కోడలు ఇంటికి రావాలని కోరుకుంటుంది. ఒక రోజు సుఖ్ఖాతో అంది కూడా, 'ఇప్పుడైతే చందన్ బాగానే పెద్దోడై పోయాడు, అతనికి పెళ్లి ఎందుకు చేయకూడదు.'

'పెద్దోడైతే ఏమిటి ముసలోడైతే కాలేదు కదా. వయసై పోలేదు కదా.' అంటూ సుఖ్ఖా ఆమె మాటను దాట వేశాడు.

'వయసై పోకపోతే ఏంటి. పెళ్లి చేసుకునే వయసైతే వచ్చేసింది. వాడి ఈడు పిల్లల పెళ్ళిళ్ళు ఎప్పుడో అయిపోయాయి. చూడ లేదా..? వాళ్ళలో ఎందరో పిల్లలకు తండ్రులు కూడా అయ్యారు. ఒక్క మన చందనే అలాగే ఉండి పోయాడు.' రమియా ఫిర్యాదు చేస్తున్నట్లు మాట్లాడింది.

అయితే సుఖ్ఖా ఆమెకు అర్థం అయ్యేట్లు చెప్పే ప్రయత్నం చేశాడు, 'చూస్తున్నాను, నేను కూడా చూస్తున్నాను, కాని...'

'నువ్వు చాలా కఠోరం. నీకు కూడా మనవళ్ళు, మనుమరాండ్లు రావాలని, వాళ్ళను ఆడించాలని, వాళ్ళతో ఆడుకోవాలని ఎప్పుడూ అనిపించదా.' రమియా సుఖ్ఖాని అడిగింది. కాని వాస్తవానికి అవి ఆమెలో కలుగుతున్న ఆలోచనలు.

'విషయం అది కాదు రమియా. నేను కూడా మనిషినే. ఇంట్లోకి కోడలు రావాలని, మనవళ్ళు, మనుమరాండ్లు రావాలని, వాళ్ళ కేరింతలతో ఇల్లు సందడిగా ఉండాలని నేను కూడా కోరుకుంటాను.' ఆమె మాటలను అంగీకరిస్తూ సుఖ్ఖా అన్నాడు.

రమియా వెంటనే అడిగింది, 'అయితే అలాంటప్పుడు చందన్ పెళ్ళి ఎందుకు చేయరు?'

చందన్ పెళ్ళికి సంబంధించి ఎంతో మంది అతనిని కలుస్తుంటారని సుఖ్ఖా ఆమెకు వివరించాడు. ' చేయడానికేమిటి, ఏ రోజు అనుకుంటే

ఆ రోజే చేసేయగలను. చందన్ తో పెళ్ళి కోసం ఎంతో మంది చక్కర్లు కొడుతున్నారు. పెద్ద పెద్దోళ్ళు, బాగా పేరున్న వారు చందన్ కి తమ పిల్లనిచ్చి పెళ్ళి చేయాలనుకుంటున్నారు. ఒకసారి ఒప్పుకుంటే ఏదడిగితే అది ఇవ్వడానికి చాలా మంది సిద్ధ పడ్డారు కూడ. పెళ్లి ఖర్చులన్నీ భరించడానికి కూడా సిద్దంగా ఉన్నారు. మనం ఒక్క పైసా కూడ ఖర్చు పెట్టనవసరం లేదట, అంతా వారే చూసుకుంటారట. పెళ్ళి కొడుకుని తీసుకు వెళ్తే చాలట...'

అంతా విని రమియా అసహనానికి గురవుతూ అంది, 'మరీ సరే అని వాళ్లకు ఎందుకు చెప్పట్లేదు.'

సుఖ్ఖా రమియాకు అర్థమయ్యేట్లు చెప్పాడు, 'నీవెందుకు అర్థం చేసుకోవు రమియా! కోడలు ఎలాగూ వస్తుంది. అది తరువాతి సంగతి. ముందు వాడి జీవితం, వాడి భవిష్యత్తు ముఖ్యం. చదువుకుని ఏదైనా మంచి స్థాయిలోకి వెళ్ళితే అవన్నీ చెయ్యడం ఎంత సేపు చెప్పు.'

సుఖ్ఖా మాటల్లో తప్పేమీ లేదు. రమియాకు కూడ అతని మాటలు సమ్మతంగానే ఉన్నాయి. కాని కోడల్ని చూడాలని ఎక్కడో ఆమె మనస్సులో ఉన్న కోరిక పట్టు వదలట్లేదు. 'నువ్వు చెప్తుంది బాగానే ఉంది. కాని కోడలు వస్తే నాకు కూడ కొంచెం విశ్రాంతి దొరుకుతుంది అని ఆశ పడుతున్నాను. ఇంటా బయటా పనులు చేస్తూ నేను కూడ బాగా అలసిపోయాను. ఈ ముసలి చేతులతో పనులు చేయడం కష్టమవుతుంది.'

'పిచ్చిదానా...' రమియా ఎండిన చెంపలను ప్రేమతో నిమిరాడు సుఖ్ఖా. 'ఇవే మన తపస్సుని పరీక్షించే రోజులు. నేటి ఈ తపస్సే రేపు సుఖ సంతోషాలను ఇస్తుంది. చందన్ ఏదైనా సాధిస్తే అన్నింటి కన్నా ముందు ఇంటికి కోడలే వస్తుంది.'

రమియా పులకించి పోయింది, 'కాని ఆరోజు ఎప్పుడొస్తుంది. అప్పటి వరకు నేనుంటానో ఉండనో ఆ దేవుడికే తెలియాలి.'

రమియా అసహనంతో ఉంది. కాని సుఖ్ఖా ఆమెను ఓదార్చాడు, 'వస్తుంది రమియా, ఆరోజు త్వరలోనే వస్తుంది. కొంచెం ఓపిక పట్టు. ఓపిగ్గా సంతోషంగా చేసుకుని తిను.'

చందన్ గురించి తరచూ ఈ రకమైన అనేక మధుర ఊహలతో వాళ్ళిద్దరూ

మునిగి ఉండేవారు.. గంటల తరబడి చందన్ గురించి మాట్లాడుకునే వారు. ఎలాగైతే పిల్లలు ఆకాశంలో చుక్కలను తదేకంగా చూస్తూ చూస్తూ నిద్ర పోతారో అలాగే సుఖ్ఖా రమియాలు కూడా తమ ఊహల్లో, మాటలలో చందన్ ని కేంద్రంగా చేసుకుని మాట్లాడుతూ, మాట్లాడుతూ నిద్ర పోయేవారు.

జీవితంలో అన్నీ మార్గాలు మూసుకు పోతే వారి ముందు సుఖ్ఖా మోకరిల్లుతాడని ఊర్లో ఠాకూర్ గారు, మెల్లెకన్ను పండితుడు అనుకున్నారు. అతని అహంకారం అంతా ఆవిరి ఐపోయి తన కొడుకుని వెనక్కి పిలిపిస్తాడని అనుకున్నారు. కాని సుఖ్ఖా మొండి ఘటమని వారికి తెలియదు. అతను విచ్చినాన్ని అంగీకరించాడు, కాని తల దించలేదు. ఠాకూర్ గారి మాటను ఒప్పుకుంటేనే మంచిదని, అతనితో వైరం పెంచుకోవడం ఎందుకని చాలా సార్లు రమియా కూడ నచ్చ చెప్పింది. కాని అవేవి సుఖ్ఖాని ప్రభావితం చేయలేదు. అతనన్నాడు, 'జీవితాంతం రకరకాల అన్యాయాలను, దౌర్జన్యాలను భరించాను. తరతరాల నుంచి నరకంలో బ్రతక వలసి వస్తుంది. అంత కంటే ఎక్కువ మన జీవితంలో ఇంకేముంటుంది. తినడానికి మంచి కూడు ఉండదు. కట్టుకోవడానికి సరైన బట్టలు ఉండవు.' సుఖ్ఖ మరింత దృఢ నిశ్చయంతో అన్నాడు 'పస్తులతో నా ప్రాణాలు పోవచ్చు. ఏ రోడ్డు మీదో పడి చచ్చి పోవచ్చు. కాకులు గ్రద్దలు నా శవాన్ని పీక్కు తినవచ్చు. అయినా నేను బ్రతికి ఉండగా చందన్ ని ఈ నరకానికి గురి కానివ్వను.' ఈ దృఢ నిర్ణయమే అతనిని మాతాపూర్ ఊరి నుంచి ఈ టౌన్ కి తీసుకు వచ్చింది.

అక్కడ ప్రతి బుధవారం అంగడి జరిగేది. మాతాపూర్ ప్రజలు కూడ ప్రతి బుధవారం ఇంటికి అవసరమైన వస్తువులను కొనుక్కోవడానికి వచ్చేవారు. మాతాపూర్ ప్రజలతో సుఖ్ఖా, రమియాలు కలిసేవారు. ఈ సారి పంటలు బాగా పండాయని, పచ్చని పొలాలను చూస్తే మనసు పులరించి పోతుందని అంగడికి వచ్చే వారు వాళ్లకి చెప్పేవారు. పోయినసారి వరదలతో పంట నష్టమైంది. ఈ సారి పంటలు బాగా పండడంతో ఆ నష్టాన్ని పూడ్చుకోవచ్చు. వాళ్ళ ముఖాల మీద సంతోషాన్ని చూసి సుఖ్ఖాకి కొంచెం బాధ కలిగింది. సొంత ఊరు, భూమిని వదిలి వచ్చిన విషయం అతన్ని బాధిస్తుంది.. ఏ భూమి మీదనైతే తరతరాలుగా తమ పూర్వీకులు ఉంటూ వచ్చారో, ఏ ఊరి దుమ్ము దూళీలో ఆడుతూ, తింటూ తన జీవితం గడిపాడో దాని పట్ల అతనికి ఎందుకు వ్యామోహం ఉండదు.

తన గుడిసెలో సేటు దుర్గాదాస్ ఆవులను కట్టేస్తున్నాడన్న విషయం విన్నప్పుడు అతని ఛాతిమీద పాము పాకినట్లు అనిపించింది. మనసులో అనుకున్నాడు, 'నా భూమిలో ఆవులను కట్టేసే అధికారం ఎవరికీ ఉంది. సేటు దగ్గర అప్పు తీసుకుంటే ఏంటి.. ఇవాళ కాకపోతే రేపు తీర్చేస్తాను. నేనేమైనా చచ్చి పోయానా. ఖాళీగా ఉండేది గుడిసె. అందులో ఆవులను కట్టేయడంలో అర్థం ఏముంది... ఆవులను కట్టేయడానికి సేటు నా ముందుకు వస్తే కాళ్ళు విరగ గొట్టను...'

సుఖ్ఖా ఊగి పోయాడు. అతని శ్వాస పెరిగిపోతుంది. శరీరం శిథిలమై పోయింది. తన భూమిని తిరిగి పొందడం కోసం పోరాడాలని, ప్రాణాలను పణంగా పెట్టైనా తన భూమిలో దుర్గాదాసు ఆవులను కాలు పెట్టనీయొద్దని అతను నిశ్చయించుకున్నాడు.

11

ఠాకూరు హర్నాం సింగ్ ఇళ్ళు పంచాయతి ప్రజలతో ఎప్పుడూ కిక్కిరిసి ఉండేది. వచ్చేపోయే వాళ్ళతో ఎప్పటికి ఒక ప్రవాహం మాదిరి ఉండేది. ఠాకూరు గారు కేవలం మాతా పూర్ గ్రామానికి మాత్రమే పెద్ద కాదు. మొత్తం చుట్టు పక్కల అంతా అతనికి పలుకుబడి ఉండేది. వందల ఎకరాలకు భూస్వామి అతను. ట్రాక్టర్లు, ఆవులు, ఎద్దులు, నౌకర్లు, చాకర్లు అన్ని రకాల వస్తువులు ఉండేవి అతని దగ్గర. పొలాలలో ఎప్పుడు ఏది వెయ్యాలి, ఏ పొలంలో ఏది పండుతుంది, ఎప్పుడు దున్నాలి, ఎప్పుడు నాట్లు వెయ్యాలి, ఎప్పుడు కోతలు కొయ్యాలి అతనికి ఇవేమీ పెద్దగా తెలియవు. కొద్దో గొప్పో ఉంటే ఠాకూరు శ్రద్ధ వహించేవాడు. కాని అంత పెద్ద ఆస్తికి సంబంధించిన లెక్కలు ఎలా చూసుకోగలడు. వాటి పట్ల శ్రద్ధ ఎలా పెట్టగలడు. ఒక్క ప్రాణం వంద ఇక్కట్లు. ఆ ప్రాంతంలో ఏ సమస్య వచ్చిన ఠాకూరు గారే పరిష్కరించాలి. పోలీసు ఇన్స్పెక్టర్, తహసీల్దారు, కలెక్టరు చిన్న చిన్న ప్రభుత్వ ఉద్యోగి నుంచి మొదలు పెద్ద పెద్ద అధికారుల వరకు ఎవరు ఆ ప్రాంతానికి వచ్చినా ఠాకూరు గారి బంగళాలో టీలు, టిఫినీలు చేయకుండా వెళ్ళే వారు కాదు. ఆ ప్రాంతానికి ఎవరైనా ప్రభుత్వ అధికారి వస్తే ఠాకూరు గారి ఆతిథ్యం స్వీకరించకుండా తిరిగి వెళ్ళడం సాధ్యంకాదు. ఇంకా

చెప్పాలంటే ఠాకూరు గారికి సలాం కొట్టకుండ తిరిగి వెళ్ళిన సందర్భం లేదు. అలా చేస్తే ఠాకూరు గారిని అవమానించినట్లే. రాజులు, రాకుమారులతో అతనికి సంబంధాలు ఉండేవి. పెద్ద పెద్ద నాయకుల దగ్గర మంచి పలుకుబడి ఉండేది. తన కంటూ ఒక స్థాయి ఉండేది. మరి అంతటి స్థాయి, పలుకుబడి కలిగిన ఠాకూరు గారిని అవమానించే ధైర్యం ఎవరికుంటుంది.

ఏ ప్రభుత్వ అధికారి అయినా, గుమస్తా అయినా ఠాకూరు గారి అనుమతి లేకుండ ఆ ప్రాంతానికి సంబంధించిన ఏ విషయంలోనైనా జోక్యం చేసుకునే వాళ్ళు కాదు. అలా చేయడానికి సలహా కూడ ఇచ్చే వారు కాదు. పేరుకు మాత్రమే ప్రభుత్వ అధికారులు, గుమాస్తాలు అధికారమంతా చేలాయిచేది ఠాకూరు గారే. అంతా అతని కనుసన్నల్లో నడిచేది. అతని అనుమతి లేకుండ ఆకు కూడా కదిలేది కాదు.

రోజంతా ఊరిలోని మట్టి బాటల్లో దుమ్ము లేపుతూ మోటరు బండ్లు ఠాకూరు గారి బంగాళా లోకి వస్తూ వెళ్ళేవి. ప్రతి రోజు ఠాకూరు గారి బంగాళాలో జాతర జరుగుతున్నట్లు ఉండేది.

ఠాకూరు గారి జీవితంలో ఏ వస్తువుకు కొదవ లేదు. అన్నీ అందుబాటులో ఉండేవి. ఎలాంటి కష్టం, దుఃఖం ఎరగడు. ఆ ప్రాంతంలో అతనిదే ఆధిపత్యం, పలుకుబడి . ఆంగ్లేయుల పాలనలో ఠాకూరు గారి పూర్వీకులు ఒక చిన్న రాజ్యానికి రాజులుగా ఉండే వారు. తరువాత రాజులు లేరు కాని వారి స్థానంలో పెద్ద పెద్ద జమీందారులు వచ్చారు. చట్టపరంగా జమీందారి విధానం రద్దయి సంవత్సరాలు గడిచాయి. అందులో ఎలాంటి సందేహం లేదు. కాని చట్టం తెస్తే ఏమవుతుంది. ఆ ప్రాంతంలో ఠాకూరు గారి స్థాయి ఒక రాజు కుండే స్థాయి కన్నా తక్కువేమీ లేదు. అతని మాటకు ఎదురు చెప్పే ధైర్యం ఎవరికైనా ఉంటుందా..? నోటి నుంచి ఆదేశాలు రావడం తర్వాత జరిగేది. కాని వాటి అమలు మాత్రం ముందే జరిగేది. సర్వత్రా అతనిదే రాజ్యం. అతను తలచుకుంటే అసాధ్యమనేది లేదు. ఠాకూరు గారి ముందు తలెత్తుకుని మాట్లాడే ధైర్యం సామాన్యులకు ఉండేది కాదు.

అయితే, అన్నీ ఉన్నప్పటికీ ఆయన జీవితంలో ఒక పెద్ద లోటూ అతన్ని వెంటాడుతుంది. అప్పుడప్పుడు ఆ బాధతో కుమిలి పోతుంటాడు. ఠాకూరు గారు కొడుకు అనే పదానికి నోచుకో లేదు. భార్య కూడా ప్రపంచాన్ని వదిలి పెట్టి చాలా

సంవత్సరాలు అయ్యింది.. చూసుకోవడానికి రజనీ ఉంది. అతని ఏకైక పుత్రిక. ఒకే ఒక సంతానం. ఠాకూరు గారి తదనంతరం అతని సామ్రాజ్యానికి, వంశ దీపం, అన్నింటికీ రజనీయే. ఠాకూరు గారు రజనీ గురించే ఇప్పుడు ఆందోళన చెందుతున్నాడు. ఎందుకు చెందదు. పెళ్లి వయస్సులో ఉన్న కూతురు ఇంట్లో ఉంటే ఎవరైనా ఆందోళన చెందకుండ ఎలా ఉండగలరు. ప్రశాంతంగా ఎలా నిద్ర పోగలరు. నిండు యవ్వనంతో అందం, శీలం, గుణం నారీ కుండే అన్నీ లక్షణాలు రజనీలో ఉన్నాయి. ఆమె ముఖ సౌందర్యం, శరీర నిర్మాణంను చూస్తే కామ దేవత కూడా సిగ్గు పడుతుంది. పొడవాటి కనుబొమ్మలతో కప్పిన నల్లటి కళ్ళలో జింక లాంటి చురుకుదనం లేక పోయినా వాటిలో ఎంతోలోతు, ఎంత లోతంటే ఒకసారి ఆ కళ్ళలోకి దిగితే మునగ కుండ ఎవరు ఉండ లేరు.

అన్ని వస్తువుల సుఖ సౌకర్యాలు, అన్ని రకాల వసతులు రజనీ కోసం ఏర్పాటై ఉన్నాయి. అయినప్పటికీ ఎందుకో తెలియదు గాని అన్యమనస్కంగా, ఏదో పోగొట్టుకున్న దానిలా తనలో తాను ఉండేది. ఆమె ఆ నల్లటి లోతైన కళ్ళు ఏ ప్రపంచాన్ని చూస్తున్నాయో. ఆ కళ్ళలో ఏమేమీ దాగి ఉన్నాయో, అవన్నీ రజనీకే తెలుసు. అలసి–సొలసిన ఆమె కళ్ళలో ఏముందో ఆమె మాత్రమే చెప్పగలదు. ఏదైన కలనా, ఏదైన కోరికనా లేదా మరేదైన విషయమా?

జనవరి మాసంలో ఎముకల్ని కొరికే చలి, పొద్దెక్కిన తరువాత దినంలో సూరీడు చాలా బాగా అనిపించేవాడు. అలాంటి సమయంలో ఇంటి ముందు వాకిట్లో, మిద్దె మీద ఎండని కాచడంలో కలిగే ఆనందమే వేరు. ఎండ కాచుకోవడం కోసం రజనీ కూడ బంగాళా మీదికి వచ్చింది. అయితే ఆ సమయంలో ఆ ఎండతో కూడ ఆమెకు ఆనందం కలగడం లేదు. మరోలా చెప్పాలంటే ఎండ యొక్క ఆనందాన్ని ఆమె అస్వాదించడం లేదంటే మంచిదేమో. నిజం చెప్పాలంటే ఆమె మనస్సు ఎండ మీద లేదు. ఉద్విగ్నంగా ఉంది.

బంగాళా మిద్దె మీద తూర్పు వైపు తిరిగి నిలబడితే మాదిగ వాడ స్పష్టంగా కనిపించేది. ఇప్పుడు రజనీ చూపులు ఆ మాదిగ వాడ మీద కేంద్రీకృతమై ఉన్నాయి. గతంలో జరిగిన అనేక సంఘటనలు ఆమె మనసులో కదలాడుతున్నాయి.

ఒకప్పుడు మాదిగ వాడ చాలా సందడిగా ఉండేది. ఎప్పుడైతే సుఖ్ఖా, అతనితో పాటు మిగతా వారు ఊరి వదిలి పెట్టిపోయాక ఆ వాడకుండే అందమే పోయింది. రోజంతా నగ్నంగా, అర్ధ నగ్నంగా పిల్లలు మట్టిలో ఆడుతూ,

పాడుతూ, పరుగేడుతూ వాడలో అల్లరి చేసే వారు. కాని ప్రస్తుతం వాడ మొత్తం విచిత్రమైన నిర్మానుశ్యంలో మునిగి పోయి ఉంది.

సుఖ్ఖా విషయంలో ఠాకూరు గారు వ్యవహరించిన తీరు పట్ల రజనీ మనస్సులో కొంచెం క్షోభ, కొంచెం కోపం ఉండేది. చందన్ చదువు విషయంలో ఠాకూరు గారు మరియు సుఖ్ఖాల మధ్య మాటల యుద్ధం జరిగినప్పుడు ఆమె కాలేజీ హాస్టల్లో ఉండేది. అయితే ఆ విషయాలేవీ ఆమెకు తెలియవు. ఆమె ఊరికి తిరిగి వచ్చినప్పుడు ఠాకూరు గారు అతని అనుచరులు సుఖ్ఖా మరియు ఇతరుల మీద చేసిన దౌర్జన్యం గురించి తెలిసింది. ఆమెకు ఏమాత్రం నచ్చలేదు. ఠాకూరు గారికి నచ్చ చెప్పే ప్రయత్నం చేసింది, 'రాజ్యాంగం ప్రకారం ప్రతి పౌరుడికి గౌరవం, ఆత్మ గౌరవంతో బ్రతికే అధికారం ఉంది. ప్రతి వ్యక్తి తన ఇష్టానుసారమైన వృత్తిని, జీవిత లక్ష్యాన్ని నిర్ణయించుకునే స్వాతంత్ర్యం ఉంది. ఒకవేళ చందన్ చదువుకుని ప్రయోజకుడు కావాలని అనుకుంటే అది అతనికి రాజ్యాంగం ఇచ్చిన హక్కు. దీని పట్ల ఎవరికైనా ఎందుకు అభ్యంతరం ఉండాలి. చందన్ చదువుకుని పెద్ద ఆఫీసర్ అయితే అందులో తప్పేముంది? నిజానికి ఈ విషయం పట్ల గ్రామం మొత్తం గర్వ పడాలి. సుఖ్ఖా తన కడుపు కాల్చుకుని కొడుకుని చదివిస్తానంటే ఆయనను ఎందుకు అడ్డుకోవాలి? నేనైతే సుఖ్ఖాకు సహాయం చేయాలని, ఇతరులు కూడా సుఖ్ఖా నుంచి ప్రేరణ పొంది తమ పిల్లలను చదివించి ప్రయోజకులను చేయాలని అంటాను. ఇతరు ప్రజలు కూడ సుఖ్ఖా మాదిరిగా తమ పిల్లలను చదివించాలని, ప్రయోజకులుగా చేయాలని నిర్ణయించుకోనంత వరకు దేశం అభివృద్ధి చెందదు. సమాజమూ అభివృద్ధి చెందదు.'

'కాని తల్లి! మనకు అదెంత హానికరమో నీవెందుకు అర్థం చేసుకునే ప్రయత్నం చేయడం లేదు.' ఠాకూరు గారు తిరిగి వాదించారు.

'అది అందరికి మేలు చేసేదే అవుతుంది. చందన్ చదువుకుని ప్రయోజకుడైతే మీకు గాని మరొకరి గాని హాని కలుగుతుందని నేననుకోవడం లేదు,' రజనీ తన అభిప్రాయాన్ని మళ్ళీ చెప్పింది.

'ఆ విషయమే నీకు అర్థమయ్యేట్లు చెప్పుతున్నానమ్మ. చందన్ ఒక్కడే చదువుకుంటే నాకేమీ అభ్యంతరం లేదు. అతను చదువుకుని ఎక్కడో ఉద్యోగం చేసుకుంటే మనకు ఎలాంటి అభ్యంతరం లేదు. కాని చందన్ అడుగుజాడల్లో

మాదిగోల్లు, ఎరుకలోల్లు అందరు చదివి బయటకు వెళ్లి ఉద్యోగాలు చేస్తే రేపు మన పొలాలలో, ఇళ్ళలో పనులెవరు చేస్తారు?' ఠాకూరు గారు అసలు విషయం చెప్పాడు.

పట్టణంలో ఉండి మార్పును కోరే చైతన్యాన్ని అలవరచుకున్న రజనీకి ఠాకూరు గారి మాటలు చాలా అభ్యంతరకరంగా అనిపిచ్చాయి. ఆమె గట్టిగా వాదిస్తూ హెచ్చరించింది, కాని మన స్వార్థం కోసం ఇతరులను బలి చేయడం మంచిది కాదు. ఎవరినైనా మూర్ఖులను చేసి, మోసం చేసి, బలవంతంగా ఎక్కువ కాలం దోపిడీ చేయడం సాధ్యం కాదు. వ్యక్తి అయినా, వర్గం అయినా అందరు స్వతంత్రంగా, స్వావలంబనంతో జీవించాలని కోరుకుంటారు. పేదరికంలో బ్రతకాలని ఎవరు అనుకోరు. దోపిడీ జీవితాన్ని ఎవరు కూడా కోరుకోరు. కాలం మారుతుంది. ప్రజలు తమ హక్కులను తెలుసుకుంటున్నారు. దళితులు, పీడితులు అన్యాయం, దోపిడీ సంకెళ్ళ నుంచి ముక్తి పొందడం కోసం తపిస్తున్నారు. పట్టణాల్లోని ప్రజలలో ఇలాంటి చైతన్యం చాలా వేగంగా వస్తుంది. దోపిడీకి వ్యతిరేకంగా ప్రజలు ఐక్యమవుతున్నారు. సమాజంలో మెల్లి మెల్లిగా ఒక ఉద్యమం రూపు దాలుస్తుంది. గ్రామంలోని పేద కార్మికుడు కూడ దోపిడీ అత్యాచారాల బంధనాల నుంచి విముక్తి పొంది స్వేచ్ఛతో అభివృద్ధి వైపు నడవాలని కోరుకుంటున్నారని సుఖ్ఖా యొక్క తిరుగుబాటు ద్వారా స్పష్టమవుతుంది. మారుతున్న ఈ కాలాన్ని చూసి మీరు కూడ మారడం సమంజసమే కాదు అవసరం కూడ. దోపిడీ చేసే ప్రవృత్తిని త్యజించడమే కాకుండ వారు స్వతంత్రులు, స్వావలంబనులు కావడంలో సహాయం చేయండి. లేకపోతె ఈ అన్యాయం, అవమానం, దోపిడీ సంకెళ్ళను వారే ఒక రోజు తెంచుకుంటారు. అప్పుడు హింస కూడా జరగ వచ్చు. ఇంత పెద్ద సముదాయం యొక్క ఆక్రోశాన్ని అణచివేయడం కష్టమవుతుంది. ఆ పరిస్థితిలో మీరు చాలా ఎక్కువ నష్టాన్ని భరించాల్సి వస్తుంది.'

కాని రజనీ మాటలు ఠాకూరు గారి మీద ఎలాంటి ప్రభావాన్ని చూపలేదు. తనే తిరిగి రజనీకి నచ్చ చెప్పే ప్రయత్నం చేశాడు, 'నువ్వు ఇప్పుడిప్పుడే కాలేజీలో చదువుకుని తిరిగి వచ్చావు తల్లీ. అందుకే పుస్తకాలలో నుంచి మాట్లాడుతున్నావు. పుస్తకాలు వేరు. వాస్తవ ప్రపంచం వేరు. రెండింటికి ఎలాంటి సంబంధం ఉండదు. ఏదైతే రాయడం జరుగుతుందో, నేర్పించడం జరుగుతుందో అదంతా ఇంగ్లీషు

వారి ప్రభావంతో ఉంటుంది. వాళ్ళే ఇలా అడ్డదిడ్డంగా మాట్లాడుతారు. ఈ పుస్తక జ్ఞానం నుంచి బయటికి వచ్చి చూడు. పుస్తకంలో రాసిందే సత్యం, సమంజసం కాదని అర్థం చేసుకో. ఏదైతే జరుగుతుందో అదే సత్యం. దేనిలోనైతే లాభం ఉందో అదే సరైనది. ఏ ప్రజలనైతే వేనుకేసుకోస్తున్నావో ఈ సిద్ధాంతాలు వారికి లాభం చేకూర్చవచ్చు. అందు వల్లనే వారితో గొంతు కలిపి నీవు కూడ సత్యం, సమంజసం అంటున్నావు. కాని ఆ సిద్ధాంతాలు మన లాభాలకు వ్యతిరేకం. అందు వలన అవి మనకు సమంజసం కాదు. మన అస్తిత్వాన్ని కాపాడుకోవడం కోసం మన మేలుని చూసుకోవలసిన అవసరం ఉంది.ఇదే జీవిత వాస్తవం. అందుకనే మన ఆధిపత్యాన్ని కొనసాగించడం కోసం ఇతరులను అణచివేయ వలసిన అవసరం ఉంది. కొంచెం అర్థం చేసుకునే ప్రయత్నం చెయ్యి. ఒకవేళ వీళ్ళంతా చదువుకుని పెద్ద పెద్ద హోదాలలోకి వెళ్ళడం మొదలు పెడితే మన ఆధిపత్యం ఎక్కడ ఉంటది? ఒకవేళ వీళ్ళంతా స్వావలంబనం, ఆత్మ గౌరవంతో జీవించడం మొదలు పెడితే మన ఆధిపత్యం ఎవరి మీద ఉంటుంది?'

ఠాకూరు గారి అభిప్రాయాలతో రజనీ ఏకీభవించ లేదు. ఆమె తన నిరసనను తెలియ చేసింది, 'కాని నాన్న గారు వారు కూడ మనుషులే కదా. ఒక మనిషిని మరొక మనిషి దోచుకోవడం ఇదెక్కడి న్యాయం?'

ఠాకూరు గారు కూడ రజనీ వాదనలతో ప్రభావితం కాలేదు. ఆయన తన అభిప్రాయాలకు కట్టుబడి ఉన్నాడు. అతనన్నాడు, 'ప్రశ్న న్యాయం అన్యాయానికి సంబంధించినది కాదు. ప్రశ్న మన అస్తిత్వానికి సంబంధించినది. సమాజంలో ఆధిపత్యం వహించే చరిత్ర, సంప్రదాయం మనది. మన ఆధిపత్యం కొనసాగడంలోనే మన అస్తిత్వం ఉంది. అస్తిత్వం లేకుండా మనిషి బ్రతకలేడు.'

ఠాకూరు గారి మాటలు రజనీకి ఏమాత్రం నచ్చడం లేదు. తను వాదిస్తున్నది తండ్రితో కాదని దోపిడీ చేసే ఒక సామంత వ్యక్తితో అని ఆమెకు అనిపించింది. ఠాకూరు గారిని అర్థం చేసుకోవడం అంత సరళమైన విషయం కాదని ఆమెకు తెలుసు. అయినా తన ప్రయత్నాన్ని కొనసాగించింది, 'మీ అస్తిత్వాన్ని రక్షించడం కోసం మీరెంతో ఆందోళన పడ్తున్నారు. కాని మీరు ఎవరినైతే అణచివేస్తున్నారో వారి గురించి ఎప్పుడైనా ఆలోచించారా. వారికి కూడ అస్తిత్వం ఉంటుంది. అటు వైపు చూసే ప్రయత్నం ఎందుకు చేయరు. వాళ్ళు మనుషులు కారా?...మీరు ఏదైతే కావాలని అనుకుంటున్నారో అది ఇతరులకు కూడ ఎందుకు లభించవద్దు?'

ఇలాంటి విషయాల మీద చాలా సార్లు ఠాకూరు గారు రజనీల మధ్య చర్చలు జరిగాయి. రకరకాల వాదనలతో ఠాకూరు గారికి అర్థమయ్యేట్లు చెప్పే ప్రయత్నం చేసింది రజనీ. కాని ఠాకూరు గారి ఆలోచనలే వేరు. ఆయన నిబద్ధత, పట్టుదలే వేరు. అనేక సార్లు రజనీ అభిప్రాయాలతో ఏకీభవిస్తూనే తన పట్టుదలను వదలలేక పోయాడు.

ఠాకూరు గారు వ్యవహరించే తీరు పట్ల రజనీ బాధ పడేది. కాని అంత కన్నా ఎక్కువ చందన్ భవిష్యత్తు గురించి ఆలోచించేది. 'అతని భవిష్యత్తు పాడు కాదు కదా.' తరచూ ఆమె మనసులో ఇలాంటి సందేహమే కలిగేది.

చందన్, రజనీ ఇద్దరు చిన్నప్పటి నుంచి ఒకే తరగతి చదువుకున్నారు. స్కూలు టీచర్ రజనీ పట్ల ఎక్కువ శ్రద్ధ తీసుకునే వాడు. అది వేరే విషయం. మిగతా విద్యార్థులతో వ్యవహరించినట్లు చందన్ తో వ్యవహరించే వాడు కాదు. ఉపాధ్యాయులు ఒక్క తరగతి గదిలోనే కాదు, తరగతి బయట జరిగే కార్యక్రమాలలోను అతనిని పట్టించుకునే వారు కాదు. ఒక రకంగా చెప్పాలంటే అతని పట్ల అస్పృశ్యత భావంతో వ్యవహరించే వారు. అయినా ఇంత జరుగుతున్నా తరగతిలో అందరికన్న చురుకైన, తెలివైన విద్యార్థి అతనే. తరగతిలో ఎప్పుడు మొదటి స్థానంలో వచ్చేవాడు.

గ్రామంలో మిడిల్ చదువు పూర్తయిన తరువాత ప్రక్కన ఉండే టౌనుకి చదువు కోసం గ్రామం నుంచి స్కూలు వరకు మూడు కిలో మీటర్ల దూరం కాలి నడకన వెళ్ళే వాడు చందన్. అతనితో పాటు చదువుకునే ఇతర పిల్లలు సైకిల్ల మీద వచ్చేవారు. రజనీ మాత్రం జీపులో వచ్చేది. చలి కాలంలో అతని దగ్గర వేసుకోవడానికి వెచ్చని దుస్తులు ఉండేవి కాదు. వర్ష కాలంలో గొడుగు లేక పోవడంతో పుస్తకాలు తడవకుండ ఉండేందుకు తన దుస్తులను కప్పి తీసుకుని వచ్చే వాడు. అలా చేయడంతో చాలా సార్లు అతనికి జలుబు కూడా చేసింది. అయినా చదువు పట్ల తను ఎక్కువ శ్రద్ధ చూపే వాడు. దాని ఫలితమే ఎలాంటి సౌకర్యాలు లేక పోయినా ఎప్పుడు ప్రథమ శ్రేణిలో ఉత్తీర్ణుడయ్యే వాడు. ప్రస్తుతం కాలేజీలో చదువు తున్నాడు.

చిన్నప్పటి నుంచే చందన్ పట్ల రజనీ మనస్సులో ఆత్మీయ భావం ఉండేది. చదవడం రాయడంలో రజనీ అంత చురుకైనది కాక పోవడం, హోం వర్క్ పూర్తీ చేయడంలో అప్పుడప్పుడు చందన్ సహకారం తీసుకోవడం అందుకు ఒక

కారణం. చందన్ కూడా ఇతరులకు సహాయం చేసే స్వభావం కలిగినవాడు. హోం వర్క్ మొదలైనవి పూర్తీ చేయడంలో ఆమెకు పూర్తిగా సహకరించే వాడు.

చందన్ పేదరికాన్ని చూసి రజనీ జాలి పడేది. అనేక సార్లు చందన్ కు సహాయం కూడ చేయాలనుకున్నది. అప్పుడప్పుడు చందన్ కు తన జీపులో లిఫ్టు ఇచ్చేది. అంత వరకు ఫరవాలేదు. కాని, రజనీ చందన్ కు అప్పుడప్పుడు ఆర్థిక సహాయం చేయాలనుకున్నప్పుడు మాత్రం ఎంతో వినయంగా తిరస్కరించేవాడు. చందన్ అలా వ్యవహరించినప్పుడు రజనీకి నచ్చేది కాదు. అడగకుండానే ఒకరికి ఇంకొకరు సహాయం చేయడం, పైగా సహాయం తీసుకోకుండా తిరస్కరించడంతో, సహాయం చేస్తామని ప్రస్తావించిన వాళ్లకు వంటి మీద పాములు పాకినట్లే కాదు అవమానకరంగా కూడ అనిపిస్తుంది. రజనీకి కూడ అప్పుడప్పుడు అలాగే అనిపించేది. ఖాళీ సమయంలో ఆమె దీని గురించి ఆలోచించినప్పుడు తప్పు తనదే అని అనుకునేది. 'నేను సహాయం చేస్తానని అనడంతో చందన్ ఆత్మగౌరవానికి భంగం కలగలేదు కదా. సహాయం పేరుతో అతని పేదరికాన్ని హేళన చేస్తున్నట్లు భావించ లేదు కదా.' రజనీ ఇవన్నీ ఆలోచించేది. అపరాధ భావంతో అణిగి ఉండేది.

ఒక రోజు తోటి విద్యార్థి చందన్ వేసుకున్న చిరిగినా చొక్కాని చూసి అవహేళన చేశాడు. అప్పుడు రజనీ కొత్త చొక్కా తెచ్చుకోమని చందన్ కు పైసలు ఇవ్వాలనుకుంది, 'చందన్, నీ చిరిగిన చొక్కాను చూసి అందరు హేళన చేస్తున్నారు. తీసుకో, ఈ పైసలు తీసుకో. రేపటి నుంచి కొత్త చొక్కా వేసుకుని రా.'

అయితే ఆత్మగౌరవం గల చందన్ రజనీ సహాయాన్ని నిరాకరించాడు, 'అందుకు కృతజ్ఞతలు. నేను చిరిగిన చొక్కా వేసుకోవడం ఇదే మొదటి సారి కాదు. నన్ను హేళన చేయడం కూడ ఇదే మొదటి సారేం కాదు. ఈ హేళన వల్ల నేనేమీ సిగ్గు పడడం లేదు.'

రజనీ మరొక పద్ధతిలో అతనిని ఒప్పించే చేసే ప్రయత్నం చేసింది, 'సరే, నువ్వేమీ సిగ్గు పడడం లేదు. కాని వారి హేళన మన గ్రామం మాతాపూర్ కే అవమానం. స్కూలులో అందరు విద్యార్థులు మంచి మంచి దుస్తులు వేసుకుని వస్తారు. నువ్వు మాత్రం, మాతాపూర్ గ్రామం పిల్లవాడు చిరిగిన బట్టలతో వస్తాడు. అందుకే వాళ్ళు నిన్ను హేళన చేస్తుంటే మొత్తం మాతాపూర్ వాసులను అవమాన

పరచినట్లు ఉంటుంది. ఎవరికీ తెలుసు. బహుశానిన్ను అవమానించడం ద్వారా వీళ్ళు మొత్తం మాతాపూర్ వాసులను అవమానించాలని అనుకుంటున్నారేమో.'

అయితే రజనీ తన తర్కంతో చందన్ ని ఒప్పించలేకపోయింది. రజనీ తో అన్నాడు, 'అలా చేసినా తేడా ఏముంది. మనం ఇక్కడికి చదువు కోవడానికి వస్తాం. ఇది స్కూలు . సమాజం లేదా రాజకీయ మైదానం కాదు. ఒకవేళ నన్ను హేళన చేస్తూ ఎవరైనా తమ సమయాన్ని, శక్తిని వ్యర్థం చేసుకోవాలనుకుంటే చేసుకొని, అది వారి ఇష్టం. వారి హేళనకు, పరిహాసానికి జవాబు చెప్పడానికి నా సమయాన్ని, శక్తిని నేనెందుకు వృధా చేసుకోవాలి. నా తల్లి దండ్రులు ఎంత కష్టపడుతూ నన్ను చదివిస్తున్నారో బహుశ వారికి తెలియదు. నా మీద వారికి గంపెడు ఆశలు ఉన్నాయి. వారి ఆశల మీద నీళ్ళు చల్ల దలచుకోలేదు. నా పని చదువుకోవడం. నేను నిజాయితీతో కష్టపడి చదువుతాను. నాకు తెలిసి నా ఈ చిరిగిన చొక్కాకు నా చదువుకి ఏ సంబంధం లేదనుకుంటాను. పరీక్షలు పూర్తి అవని. హేళనకు ఎవరు అర్హులో పరీక్షా ఫలితాలే చెబుతాయి. నీవే చూస్తావు రజనీ. మాతాపూర్ గ్రామానికి చెందిన చిరిగిన చొక్కా ధరించే ఈ పేద కుర్రాడు అందరికన్న ఎక్కువ మార్కులతో పాసవుతాడు. నా హేళనను ఒకవేళ మాతాపూర్ తో కలిపితే నీవు కూడ కష్ట పడి చదువు. వారికన్నా ఎక్కువ మార్కులు తెచ్చుకో. వాళ్ళను మనం చదువులో ఓడిద్దాం. హేళన కు ఇదే సరైన జవాబు అవుతుంది. చిరిగిన చొక్కా విప్పేసి కొత్త చొక్కా వేసుకోవడం కాదు.'

చందన్ యొక్క ఆత్మ విశ్వాసంతో కూడిన మాటలతో రజనీ ఎంతగానో ప్రభావితమైంది. చందనుకు తన కర్తవ్యం పట్ల ఉన్న నిష్ఠా, నిజాయితీ ఆమె మనసుని గెలుచుకున్నాయి. ఈ సంఘటన తరువాత చందన్ పట్ల మరింత ఆత్మీయంగా మెలగడం మొదలు పెట్టింది. ఎల్లప్పుడూ అతని మేలునే కాంక్షించేది.

ఈ కారణం చేతనే ఆమె తండ్రి, అతని అనుచరులు సుఖ్గా మీద చేస్తున్న దౌర్జన్యం, ఆ దౌర్జన్యం చేయడానికి గల కారణాలు తెలిసినప్పుడు ఠాకూరు గారికి ఆమె నచ్చ చెప్పే ప్రయత్నం చేసింది. కాని ఠాకూరు గారు ఎప్పుడైతే ఆమె మాటను పట్టించుకోలేదో, ఠాకూరు గారి మనస్తత్వాన్ని మార్చడం సాధ్యం కాదని అనిపించిందో తెలియదు కాని ఆమె మాట తీరు మారింది. కొంచెం కటువుగా తిరుగుబాటు ధోరణిలో ఉండేది. ఒకవేళ ఠాకూరు గారి

వైఖరిలో సున్నితత్వం చోటు చేసుకోకపోతే చందన్ యొక్క ఉజ్వల భవిష్యత్తు పాడవుతుందని ఆమెకు తెలుసు. చందన్ ఒక దళితుడు. ఇందులో ఎలాంటి సందేహం లేదు. రజనీ అగ్రకుల సవర్ణురాలు. కాని చందన్ పట్ల ఆత్మీయతను పెంచుకుంది. అందువలనే చందన్ యొక్క భవిష్యత్తు పాడవుతుంటే అది తన కళ్ళతో చూడడానికి ఆమె మనస్సు సిద్ధంగా లేదు. అందువలన ఠాకూరు గారి దౌర్జన్యానికి గురైనప్పుడు చందన్ ఖర్చుల కోసం డబ్బు పంపించే స్థితిలో సుఖ్ఖా లేడు. దాంతో చందన్ కు సహాయం చేయడం కోసం ఒక ఉపాయాన్ని వెతుక్కుంది. సుఖ్ఖా పేరుతో చందన్ కు ఖర్చుల కోసం డబ్బులు పంపించడం మొదలు పెట్టింది. ఎలాగూ సుఖ్ఖా వేలి ముద్ర వేసేవాడే. చందన్ నుంచి ఉత్తరం వచ్చినప్పుడల్లా దానిని చదివించుకోవడం కోసం నేరుగా రజనీ దగ్గరకే వచ్చేవాడు. ఒకవేళ రజనీ కలవక పోతే ఉత్తరాన్ని తన వద్దే ఉంచుకునే వాడు. కాని చదివించుకోవడానికి మరొకరి దగ్గరకు వెళ్ళే వాడు కాదు. అందుకు అనేక కారణాలు ఉన్నాయి. మొదటి కారణం, చందన్ మూలంగా రజనీ సుఖ్ఖా కుటుంబంతో ఆత్మీయంగా ఉండేది. అప్పుడప్పుడు వారి కష్ట సుఖాలు కనుక్కునేది. చందన్ ను చదివించాలని వారికి ధైర్యం చెప్పేది. రెండో కారణం, మానవ స్వాతంత్ర్యం, సమతల పక్షం వహించేది. దీనులు, దళితుల పట్ల ఆమె మనస్సులో దయా, కరుణ ఉండేది. మూడవ కారణం, ఉన్నది ఉన్నట్లు సరిగ్గా చదివి చెప్పుతుందన్న కారణం చేత సుఖ్ఖాకు అందరికన్న ఎక్కువ నమ్మకం ఆమె మీదనే ఉండేది. ఉత్తరం చదివించుకోవడమే కాదు సుఖ్ఖా తరపున ఉత్తరం రజనీయే రాసేది. రజనీ ఆత్మీయతను చందన్ కూడా కళ్ళకద్దుకుంటాడు. అందుకనే అతను ఇంటికి వచ్చినప్పుడల్లా రజనీకి ధన్యవాదాలు చెప్పేవాడు. ఈ రకంగా ఉత్తరాలు రాయడం, చదవడం, ఒకరికొకరు కలుసుకోవడంతో మన అనే భావం ఇరువురిలో ఏర్పడింది. ఇరువురు ఒకరి మేలు మరొకరు కోరుకుంటారు.

చాలా సేపటి వరకు మాదిగ వాడ వైపే చూస్తూ తన అంతరంగంలోని ఆలోచనల ప్రవాహంలో మునిగి తేలుతూ ఉంది. ఇంకెంత సేపు అలాగే ఆలోచనలో మునిగి ఉండేదో తెలియదు గాని ఇంతలోనే గట్టి గాలులతో ఆకాశంలో మేఘాలు కమ్ముకున్నాయి. చలిగా అనిపించిడంతో రజనీ కిందికి వెళ్ళిపోయింది.

12

పేదరికం కష్టాలను అధిగమిస్తూ చందన్ ఎం.ఏ. పరీక్ష పాసయ్యాడు. పి.హెచ్.డీ కోసం దరఖాస్తు చేసుకున్నాడు. ఇక ముందు తానూ చదువును కొనసాగించ లేనేమోనని, మధ్యలోనే వదిలి వేయవలసి వస్తుందని చాలా సార్లు అనుకున్నాడు. కాని అలాంటి సందర్భం ఏర్పడినప్పుడల్లా హరియా అతనికి తోడుగా నిలిచాడు. అతనిలో ధైర్యం నింపాడు. అన్ని విధాలుగ అతనికి సహాయం చేశాడు. తన పట్ల హరియా చూపుతున్న ఆత్మీయతను చూసి అప్పుడప్పుడు అతను ఆలోచించేవాడు, హరియా ఎందుకు అంతగా ప్రేమిస్తాడు, అందుకు బదులుగా అతనికేలాంటి లాభం, ఆనందం అభిస్తుంది. మరో వైపు హరియా రాత్రిం బవళ్ళు చందన్ పట్ల ఇంకా ఎక్కువ శ్రద్ధ తీసుకుంటున్నాడు. ఎప్పుడూ ఏదో ఒక పని చేస్తూ ఉండేవాడు. ఏ కొంచెం ఖాళీ సమయం దొరకినా ఏదో దీర్ఘాలోచనలో మునిగి పోయేవాడు. జీవిత యథార్థానికి దూరంగా ఎప్పుడు ఏదో ఒక పని చేస్తుంటావు, ఆ యథార్థమేమిటని అదంతా చూసి చందన్ అతనిని అడగాలని అనుకునేవాడు. చివరకు ఒక రోజు హరియాను అడగనే అడిగాడు. 'బాబా మీరు ఎప్పుడు ఏదో ఒక పని చేస్తూ బిజీగా ఉంటారు. ఎప్పుడైనా కొంచెం ఖాళీ సమయం దొరికితే ఏదో లోతైన ఆలోచనలో మునిగి

పోతారు. ఏం ఆలోచిస్తారు మీరు? ఏ విషయం మిమ్ముల్ని బాధిస్తుంది?'

'ఉన్నట్టుండి నాకు నా గతం గుర్తొస్తుంది బిడ్డా!...' తన వ్యథను వినిపించాడు హరియా, 'నాకు కూడ ఒక ప్రపంచం ఉండేది. ఆ ప్రపంచంలో ముందు నేను, నా భార్య ఉండే వాళ్ళం. ఒక కూతురు పుట్టింది. ముగ్గురమయ్యాం. కూతురు రావడంతో మా బ్రతుకులో ఒక కొత్త వెలుగు వచ్చింది. ఆమెతో ఆడుతూ, ఆడిస్తూ మా కాలం గడిచేది. మళ్ళీ రెండో సారి భార్య కడుపుతో ఉంది. ఎలాగూ కూతురు ఉంది. ఈ సారి కొడుకు పుడితే బాగుంటదని మేమనుకున్నాం. ఈ సారి అన్నీ లక్షణాలు, రుచి వేరుగా ఉండేవి. కొడుకు పుడుతాడని నమ్మకం ఉండేది. చాలా జాగ్రత్త వహించాం. ఇంటి పనులలో ఆమెకు చాలా సహకరించే వాడిని కూడ. కాని విధి మరోకటి జరగాలని నిర్ణయించింది. ఒక భట్టీలో ఇటుకల పని చేసే వాళ్ళం. ఒక రోజు బట్టీలో ఇటుకల మట్టిని పైకి లేపుతుండగా ఆమె కాలు జారింది. మట్టి ఇటుకలు నేరుగా వచ్చి ఆమె కడుపు మీద పడ్డాయి. అంతే నిశ్చేష్టురాలై పోయింది. మందులు మాకులు వేశాం. డాక్టరుకు కూడ చూపించాం. కాని ఏం లాభం లేక పోయింది. అప్పుడు నా కూతురు వయస్సు రెండు సంవత్సరాలు. ఆమెకు తల్లిని, తండ్రిని అన్ని నేనే. ఎల్లప్పుడూ ఆమెను ఎత్తుకొని తిరిగే వాడిని. ఎండ-వాన నుంచి కాపాడడం కోసం అనేక ప్రయత్నాలు చేసే వాడిని. కొంచెం తుమ్మినా, దగ్గినా కలవరపడే వాడిని. ఇతర పని వాళ్ళ పిల్లలతో ఆడుతూ పాడుతూ పెద్దదయింది. పదిహేను, పదహారు సంవత్సరాలకే యవ్వనంలోకి వచ్చేసింది. మంచి రంగు, అందమైన ముఖ కవళికలు, అణువణువు కోమలత్వం. ఆమె స్వభావం మధురం, ఆత్మీయమం. అప్పుడప్పుడే పెళ్ళి గురించి ఆలోచిస్తున్నాను. ఒకటి రెండు చోట్ల మాట్లాడడం మొదలు పెట్టాను కూడ. కాని ఒక రోజు...' గొంతులో ఏదో ఇరుక్కున్నట్లు చెబుతూ చెబుతూ హరియా ఆగి పోయాడు.

'ఏమైంది ఆ రోజు?' చందన్ ఆత్రుతగా అడిగాడు.

'మధ్యాహ్న సమయం. నీళ్ళు తెచ్చేందుకు కుళాయి దగ్గరకు వెళ్ళింది. యజమాని, మరి కొందరు ఆమెను చెరిచారు. ఎక్కాడా వదల లేదు. తెలియగానే నా రక్తం ఉడికి పోయింది. ఒక్కోక్కడి తల పగల కొట్టాలనుకున్నాను. యజమానికి పిర్యాదు చేస్తే అతను రెండు వందల రూపాయలు చూపిస్తూ అన్నాడు, 'ఇవి తీసుకుని ఇంటికి పో. జరిగిన దాని గురించి మరచి పో.' నేను

వాదించాను, 'నా కూతురి భవిష్యత్తు నాశనం అయిందన్న విషయం మరిచి పొమ్మమంటారా...?

అయితే యజమాని అన్నాడు, 'లేక పోతే ఏం చేసుకుంటావో చేసుకో.'

'నేను ఇంకొంచెం నోరు తెరిచానో లేదో యజమాని తన మనుషులతో తన్నించాడు. కర్రలతో కొట్టించాడు. నేను రక్తసిక్తం అయిపోయాను. స్పృహలో ఉన్నంత వరకు ఆ దౌర్జన్యానికి వ్యతిరేకంగా అరుపులు కేకలు వేస్తూనే ఉన్నాను. చివరకు స్పృహ కోల్పోయి కింద పడి పోయాను. భట్టీలో పని చేసే వాళ్ళంతా ఈ సంఘటన పట్ల దుఃఖం, బాధను మాత్రం వ్యక్తం చేశారు. కాని యజమాని ముందు ఎవరు నోరు విప్ప లేదు. పోలీసు స్టేషన్లో రిపోర్టు రాయించడానికి కూడ వెళ్ళా ను, కాని అక్కడ కూడ నన్ను ఎవరు పట్టించు కోలేదు. ఇన్స్పెక్టర్ నా మాట వినకపోగా తిరిగి నన్నే కర్రతో కొట్టి తరిమాడు. తల బాదుకోవడం తప్ప ఎవరి దగ్గరకు వెళ్ళాను మొర పెట్టుకోవాలి. ఎవరిని న్యాయం చేయమని అడగాలి. ఆ రోజు అనిపించింది. ప్రపంచంలో మనలాంటి వాళ్ళ కోసం స్థానం లేదని. మనల్ని ఎవరు పట్టించుకోరని. న్యాయం తలుపులు మన కోసం ముసుకున్నాయని. డబ్బు బలం ఉన్నోడిదే ఈ ప్రపంచం అని ఆ రోజు నాకు బాగా తెలిసి వచ్చింది. ఎవరి దగ్గరైతే డబ్బు లేదో, బలం లేదో వాళ్ళనెవరు కానరని.'

హరియాకి జరిగిన సంఘటన కొత్త సంఘటన ఏమీ కాదు. దళితుల మీద ఇలాంటి అత్యాచారాలు సర్వ సాధారణం. చందన్ కు ఈ విషయాలు బాగా తెలుసు. ఇవన్నీ జరుగుతున్నప్పటికీ అలాంటి పరిస్థితుల్లోనే బ్రతకడం తప్ప దళితులకు మరో గత్యంతరం లేదని కూడ అతనికి తెలుసు. అయితే హరియా కూతురు ఏమైందో తెలుసు కోవడానికి అతను ఆతృత పడుతున్నాడు. 'మీ కూతురుకేమైంది?' హరియాని అడిగాడు.

హరియా చెప్పడం మొదలు పెట్టాడు, 'పోలీసు స్టేషన్లో రిపోర్టు రాసుకోక పోవడంతో నాకు పిచ్చెక్కింది. నా కళ్ళల్లో రక్తం నిండుకుంది. నా కూతురు భవిష్యత్తుని నాశనం చేసిన వారిని వదల కూడదని నిర్ణయించుకున్నాను. నా కూతురు పైన జరిగిన అత్యాచారానికి తప్పకుండ ప్రతీకారం తీసుకోవాలన్న కోపంలో గొడ్డలి తీసుకుని యజమానిని వెతుకుంటు వెళ్లాను. ఒక చోట యజమాని ఒంటరిగా దొరికాడు. అంతే, దొరికిందే తడవుగా గొడ్డలితో అతని తల మీద కొట్టాను. అతను కుప్ప కూలి పడి పోయాక నేను పారి పోయాను.

గొడ్డలిని ఒక బావిలో పడేశాను. తరువాత దొరికి పోయాను. జైలుకు కూడా వెళ్లాను. కాని కోర్టుకు బలమైన సాక్ష్యాలు లభించలేవు. దాంతో త్వరగానే వదిలేశారు.'

అలా చెప్పుతూ ఒక క్షణం ఆగాడు హరియా, 'నా కూతురుకు ఏమైందో నా కేమీ తెలియదు. సమాజానికి ముఖం చూపెట్టలేక ఇల్లు వదిలి పోయింది. ఎక్కడికి వెళ్లిందో తెలియదు. ఆమె కోసం చాలా వెతికాను. కాని ఎక్కడా దొరక లేదు. ఏ బావిలోనో దూకి ప్రాణాలు తీసుకుందేమో అనిపిస్తింది.'

హరియా తన వ్యథ గాథను చెప్పాడు. సరిగ్గా అలాంటి కథే కమలది కూడ. అభాగ్యురాలు కమల అయితే కాదు కదా అని చందన్ కు అనుమానం వేసింది. అతను హరియాను అడిగాడు, 'మీ కూతురు పేరు కమల అయితే కాదు కదా?'

చందన్ అనుమానం నిజం అయింది. కమల పేరు వినగానే హరియా కళ్ళు ఆనందంతో మెరిసాయి. 'అవును. నా కూతురు పేరు కమలనే నీకెలా తెలుసు? చందన్ ని అడిగాడు.

'నాకు కమల తెలుసు' చందన్ చెప్పాడు.

'నువ్వు చెప్పేది నిజమా బిడ్డా.. కమల తెలుసా? నా కూతురు బతికే ఉందా?' తన కూతురు బ్రతికే ఉందన్న విషయం మీద హరియాకు నమ్మకం ఏర్పడడం లేదు. సంతోషంతో కూడిన ఆశ్చర్యంతో అతను చందన్ వైపు చూస్తున్నాడు.

చందన్ అతనికి నమ్మకం కలిగించాడు, 'అవును బాబా! కమల బ్రతికే ఉంది. ఇక్కడే సంత్ నగర్లో ఉంటుంది. ఆమె దగ్గర ఒక పిల్లగాడు కూడ ఉన్నాడు.'

చందన్ నోటి నుంచి వినగానే సంతోషంలో పిచ్చోడయ్యాడు హరియా. 'ఏమన్నావు, నా కూతురు ఇక్కడే ఉంటుందా, నా దగ్గరే. నాకు తెలియనే తెలియదు.' కమలను కలవాలని తహతహలాడుతూ అన్నాడు హరియా. 'నా కూతురుని చూపించు బిడ్డ! జీవితాంతం నీకు రుణ పడి ఉంటాను.'

'తప్పకుండ చూపిస్తాను బాబా! ఇందులో ఋణమేముంది. నా వెంట రండి.' హరియాను కమల ఇంటికి తీసుకు పోయాడు చందన్. జీవితంలో క్రూరమైన హింసకు గురై, తమ తమ విషాదాన్ని అనుభవించి ఏళ్ల తరువాత తండ్రి కూతుళ్ళు కలిసారు. ఒకరినొకరు హత్తుకుని మనసార ఏడ్చారు. చందన్ కళ్ళల్లో కూడ నీళ్ళు తిరిగాయి. అతనికి చాలా సంతోషం వేసింది.

అదే రోజు కమలను, ఆమె కొడుకుని హరియా ఇంటికి తీసుకువచ్చాడు. అతని ఎడారి జీవితంలోకి వసంతం వచ్చినట్లు ఉంది. బస్తీ అంతా మిఠాయిలు పంచాడు. ఇంట్లో ప్రత్యేకంగా వంటలు వండించాడు. కిలాడిని తన భుజాల మీద ఎక్కించుకుని ఆనందంతో గంతులు వేశాడు.

కమల రావడంతో చందన్ కు కూడ సంతోషం అనిపించింది. అయితే హరియా ఇంటి నుంచి ఇక వెళ్లి పోవాలని అతను ఆలోచించాడు. అలా ఆలోచించి తన సామానులను సర్దుకోవడం మొదలు పెట్టాడు. సామానులు సర్దడం చూసి హరియా అడిగాడు, 'సామానులు ఎందుకు సర్దుతున్నావు బిడ్డ?'

'ఇక నేను మరో ఇల్లు వెతుక్కోవాలి' సంకోచం, నిరాశతో చందన్ బదులు ఇచ్చాడు.

'కాని ఎందుకు? ఇప్పుడు దాని అవసరమేముంది?' హరియా ప్రశ్నించాడు.

ఏ కారణం చెప్పాలి. సిగ్గుతో, సంకోచంతో హరియా ఇంటిని వదిలి పెట్టి పోతున్నట్లు ఎలా చెప్పగలడు. 'కమలకు కూడ ఇంత చోటు కావాలి కదా. ఉన్న ఈ రెండు గదులలో అందరం ఎలా ఉండగలం?' అని మాత్రం అనగలిగాడు.

'గుండెల్లో ఉండాలి బిడ్డ చోటు. గుండెలో చోటుంటే ఇంట్లో స్థలంతో పనేమిటి?' హరియా ప్రేమాభిమానానికి జవాబు చెప్పలేక పోయాడు.

'కాని...?' చందన్ ఏదో చెప్పబోయే లోపే హరియా మధ్యలోనే అన్నాడు, 'నా చీకటి ఇంటిలో దీపం వెలిగించి నువ్వు వెళ్లి పోవాలనుకుంటున్నావా. లేదు, నేను నిన్ను వెళ్ళనివ్వను. కమల నా కూతురు. ఆమె నా గుండె చప్పుడు. కాని నిన్ను కూడ ఒక కొడుకుకన్న తక్కువ చేసి చూసుకోలేదు. కమల కోసం నువ్వు ఇక్కడి నుంచి వెళ్లి పోవలసిన అవసరం లేదు. మునుపటి లాగే నీ గదిలో నువ్వుండు. కమల నా గదిలో ఉంటుంది. నీకేలాంటి ఇబ్బంది కలగదు.'

కమల కూడ అంది, 'బాబు గారు! నా మూలంగ మీకు ఎలాంటి అసౌకర్యం కలగదు. మీరు ఇక్కడే ఉండండి. నన్ను నమ్మండి. మీకింత ఆసరా కాక పోయిన అడ్డంకిగా మాత్రం మారను. మీరు నిశ్చింతగా ఉండండి.'

అయితే చందన్ లోపల సంక్షోభం అలుముకుంది. అతను ఎటూ తేల్చుకొని స్థితిలో పడ్డాడు. తనలోని మాట చెప్పాలా లేదా వద్దా. చివరకు లోపలి మాట పెదాల మీదకు వచ్చింది, 'లేదు. నా మనస్సులో మీ పట్ల ఎలాంటి ఫిర్యాదు గాని,

సందేహం గాని లేదు. మీ మీద నాకు పూర్తి నమ్మకం ఉంది. కాని సమాజాన్ని ఎలా నమ్మేది. లేని పోనివి అర్థం చేసుకుంటారు. రేపు మీ గురించి కాని, నా గురించి కాని సమాజంలో భ్రమలు గొలిపే, అగౌరవ పరచే మాటలు మాట్లాడడానికి లేదా మనల్ని వేలెత్తి చూపడానికి అవకాశం కల్పించ దలచుకోలేదు. నా కన్న ఎక్కువ మీ గౌరవం గురించి నాకు ఆందోళనగా ఉంది.'

'కాని ఒకవేళ మన మనస్సులలో కల్మషం లేనప్పుడు, మన మనస్సులు నిర్మలంగా ఉన్నప్పుడు సమాజం గురించి ఆందోళన ఎందుకు? మీ గురించి కాకుండ నా గురించి మీరు ఎక్కువ ఆలోచించారు. అది మీ పెద్దరికం. మీరు దేవుడు బాబు గారు! మీ కాలి దుమ్ము కూడా పూజనీయం. ఒకవేళ అవసరం అయితే నా ప్రాణాలు తెగించైనా మీ గౌరవాన్ని కాపాడుతాను. ఒకవేళ నా మూలంగా మీరు ఇక్కడి నుంచి వెళ్ళి పోతే నేను బాధ పడతాను.' అంటూ స్నేహంగా, గౌరవపూర్వకంగా చందన్ వైపు చూసింది కమల.

చందన్ అన్నీ విషయాలు చెప్పలేదు. హరియా ఇంట్లో ఉండడం తప్ప అతని ముందు వేరే మార్గం లేదు. ఒకసారి కమల వైపు చూసాడు. తాను సర్దిన సామానును ఉన్నది ఉన్నట్లు పెట్టేశాడు.

చందన్ పట్ల హరియా మునుపటి కన్న ఎక్కువ శ్రద్ధ తీసుకోవడం మొదలు పెట్టారు. ఇంట్లో. హరియా, కమల ఇరువురు తమకు తోచిన విధంగా అతన్ని చూసుకునే వారు. అతనికి ఎలాంటి అసౌకర్యం గాని, ఇబ్బంది గాని కలగకుండ ప్రయత్నించే వారు. చందన్ కూడ మునుపటి కంటే ఎక్కువ తన చదువు మరియు ఇతర పనులలో మునిగి పోయేవాడు. అందు చేతనే తన చదువుతో పాటు స్కూలును కూడ నడపగలిగాడు. చందన్ తో ప్రభావితమై ప్రేరణ పొందిన పిల్లలతో పాటు యువకులు, వృద్ధులు, మహిళలు కూడ చదువుకోవడం ప్రారంభించారు. సంత్ నగర్ మాత్రమే కాదు పట్టణంలోని ఇతర దళిత బస్తీల నుంచి కూడ చదువుకోవడానికి అతని వద్దకు రావడం మొదలు పెట్టారు. ఎవరైతే బాగా చదువుకున్నారో వారు ఇతరులకు చదువు చెప్పేవారు. నెమ్మది నెమ్మదిగా నిరక్షరాస్యత, అజ్ఞానం నీడలో ఉన్న దళితులలో విద్యా కాంతులు ప్రసరించడం మొదలయ్యాయి.

విద్యా కాంతులతో పాటు ప్రజల దృక్పథంలో కూడ విస్తృతి రావడం మొదలైంది. కేవలం ఒక్క పూట అన్నం కోసం ఆలోచించే ప్రజల ఆలోచనలో

మార్పు వచ్చింది. తమ ప్రగతి మరియు అభివృద్ధి పట్ల చైతన్యం చెందడం మొదలైంది. అన్యాయం, దోపిడీ, అసమానతలు ఎలా అంతమవుతాయి? ద్వేషం, అవమానాల బ్రతుకు నుంచి ఎలా బయట పడాలి? దళితులు కూడ మిగతా ప్రజల మాదిరి గౌరవం, ఆత్మగౌరవంతో ఎలా బ్రతకాలి? ఇలాంటి అన్నీ విషయాల మీద వాళ్ళలో చర్చలు జరిగేవి. మెల్లి మెల్లిగా చందన్ స్కూలు దళిత పీడిత ప్రజల యొక్క సామాజిక కార్యక్రమాలకు కేంద్రంగా మారి పోయింది. వెంటనే ఆ కార్యక్రమాలు ఒక ఉద్యమ స్వరూపాన్ని తీసుకున్నాయి. సమత, స్వాతంత్ర్యాల వాతావరణంలో ఊపిరి తీసుకోవడం కోసం ఆతృతతో ఉన్న చాలా మంది ప్రజలు ఈ ఉద్యమంలో భాగస్వాములయ్యారు. సామాజిక మార్పు కోసం ప్రారంభమైన ఈ ఉద్యమం బృహత్తర రూపం దాల్చింది. కొద్ది రోజులలోనే పట్టణ బస్తీలలో నుంచి బయలు దేరిన ఉద్యమం మారుమూల గ్రామాలకు సైతం వ్యాపించింది.

పెరుగుతున్న ఉద్యమాన్ని దృష్టిలో పెట్టుకుని అదుపులో ఉండి క్రమ పద్ధతిలో ముందుకు తీసుకు వెళ్ళాలనే ఉద్దేశ్యంతో దానిని అనేక విభాగాలుగా విభజించడం జరిగింది. సామాజిక సమత, ఆర్థిక స్వావలంబనం, మహిళా విద్య మరియు సాంస్కృతిక పునరుత్థానం మొదలైనవి ఉద్యమ లక్ష్యాలుగా చేరాయి. ఉద్యమానికి సంబంధించిన వివిధ విభాగాల బాధ్యతలు వేర్వేరు వ్యక్తులకు కేటాయించిన ఉద్యమాన్ని సమగ్రంగా నడిపే బాధ్యత చందన్ మీదే ఉండేది. రాత్రింబవళ్ళు ఉద్యమ ప్రణాళిక తయారు చేయడంలో దానిని అమలు చేసే మార్గాలను వెతకడంలో చందన్ మునిగిపోయి ఉండేవాడు. దీనితో పాటు ఉద్యమానికి సంబంధించిన ఇతర కార్యక్రమాల మీద కూడ దృష్టి పెట్టవలసి వచ్చేది. ఎందుకంటే ఉద్యమంలో అన్నీ వయస్సుల వారు, వర్గాల వారు, చదువుకున్న వారు, చదువు లేని వారు అందరు ఉన్నారు. వృద్ధులు శాంతియుతంగా, నిగ్రహంతో పని చేయాలని కోరుకునే వారు. కానీ యువ రక్తం పరిస్థితి వేరు. ఆవేశంతో ఆలోచించేది. తొందర పాటుతో హింసాయుత మార్గంలో వెళ్ళడానికి తహతహలాడేది. ఉద్యమం కోసం అందరి శక్తి సామర్థ్యాలను సరైన పద్ధతిలో వినియోగించాలి. అందుకోసం అందరి మధ్య ఐకమత్యం, సమభావం తీసుకు రావలసిన అవసరం ఉంది. ఉద్యమం విజయవంతం కావాలంటే అందరు ఒకే విధంగా ఆలోచించడం, దానికి అనుగుణంగా పని చేయడం చాలా అవసరం. ప్రజలు ఐక్యతతో ఎలా ఉండాలి,

కలిసి మెలిసి ఉద్యమాన్ని ఎలా ముందుకు తీసుకు వెళ్ళాలి అనే విషయాలు చెప్పడానికే చందన్ కు ఎక్కువ సమయం ఖర్చు చేయవలసి వచ్చేది.

ప్రతి రోజు పట్టణంలోని ఏదో బస్తీలోనో, గ్రామంలోనో ఏదో ఒక మీటింగ్, సభలో ప్రసంగించడానికి చందన్ వెళ్ళ వలసి వచ్చేది. ఇవన్నీ చేస్తుండడంతో బాగా అలసిపోయే వాడు. అప్పుడప్పుడు సరిగ్గా నిద్ర కూడ పోయేవాడు కాదు. వీటన్నిటిని గమనించిన హరియా ఒక రోజు అన్నాడు, 'రాత్రింబవళ్ళు ఒకటే పని...ఆకలి దప్పిక గురించి కూడ ఆలోచించవు...ఒక్క నిముషమన్న విశ్రాంతి తీసుకోవు... అప్పుడప్పుడైనా కొంచెం విశ్రాంతి తీసుకో బిడ్డ!'

హరియా మాటల్లో తప్పేమీ లేదు. శరీరానికి విశ్రాంతి కూడ అవసరం. కాని ఈ సమయంలో చందన్ పని కోసం విశ్రాంతిని మరచి పోవాలనుకుంటున్నాడు. అతను హరియాకు నచ్చ చెప్పాడు, 'మీరు చెబుతుంది నిజమే బాబా! కాని మన సమాజం నిద్రలో ఉంది. వ్యక్తి అయినా, సమాజం అయినా, ఎంతటి సమర్థుడు, బలవంతుడు అయినా ఒకవేళ పడుకుని ఉన్నాడు విశ్రాంతి తీసుకుంటే శవంతో సమానం. నిశ్చలం, ప్రాణ రహితం. అతనిని ఎవరైనా చాలా తేలికగా అంతమొందించవచ్చు. మన సమాజం కేవలం నిద్రలోనే లేదు సరి కదా సంకెళ్ళతో బందీ అయి ఉంది. దోపిడీకి, అత్యాచారాలకు గురైన మన సమాజం ఎప్పటికీ నిద్రలోనే ఉండ కూడదనుకుంటే దానిని జాగృత పరచాలి. నిద్రలో ఉన్న సమాజాన్ని మేల్కొల్పడం కోసం, దానిని రక్షించడం కోసం కాపల కాయడానికి ఎవరో ఒకరు తమ నిద్రని మరియు విశ్రాంతిని త్యజించవలసి ఉంటుంది.'

'సమాజం కోసం చందన్ ఎంత తపన పడుతున్నాడు. చందన్ లాంటి వారు మరికొందరు బహుశ సమాజంలో పుడితే,' హరియా మనసులోనే అనుకుని చందన్ తో అన్నాడు, 'అదంతా బాగానే ఉంది బిడ్డ! కాని నీ శరీరం పట్ల కూడ కొంచెం శ్రద్ధ తీసుకోవాలా వద్దా? ఇంటి నుంచి పొద్దున్నే వెళ్తావు. రోజంతా ఎక్కడెక్కడో తిరుగుతావు. రాత్రి పూట కూడ విశ్రాంతి తీసుకోకుండ కాగితాలలో, పుస్తకాలలో మునిగి పోతావు. శరీరం కూడ ఒక యంత్రం లాంటిదే బిడ్డ. ఎక్కువ సేపు పని చేస్తే ఆ యంత్రం కూడ వేడెక్కుతుంది. దానికి కూడ విశ్రాంతి ఇవ్వవలసి వస్తుంది. శరీరానికి కూడ కొంచెం అయినా విశ్రాంతి దొరకాల్సిందే.'

అయితే చందన్ విశ్రాంతి పక్షాన లేదు. 'విశ్రాంతి అనే పదాన్ని తన జీవిత

పదకోశం నుంచి తీసి పారేసాడేమో.' అతనన్నాడు, 'విశ్రాంతి తీసుకునే వయస్సు కాదు బాబా! ఒకవేళ నేను విశ్రాంతి కోసం చూస్తే పని ఎలా చేయగలను. ఇప్పుడు నేనెంత చేయగలనో అంత చెయ్యాలి. నేనే కాదు ప్రతి ఒక్కరు సాధ్యమైనంత వరకు సమాజ హితం మరియు అభివృద్ధి కోసం పాటు పడాలి. మన సమాజం విషాదం, కష్టాలలో మునిగి ఉంది. ప్రజల దుఃఖం, కష్టాలు తగ్గాలి, వారు దోపిడీ నుంచి విముక్తి చెందాలి. వారు కూడ ఇతరుల మాదిరి సుఖ సంతోషాలను అనుభవించాలి. అందులోనే నా సుఖ, సంతోషాలు కూడ ఉన్నాయి.'

చందన్ మాటలతో ముగ్ధుడయ్యాడు హరియా. తన అరవై ఏళ్ల జీవితంలో అంత ఉత్సాహం, అంకిత భావంతో ఉండే వ్యక్తిని అతను చూడలేదు. తన్మయత్వంతో అన్నాడు, 'నీ లోపల ఏవైతే త్యాగం, బలిదానం చేసే భావాలు ఉన్నాయో. ఏ దృఢ నిశ్చయంతో నీవు పని చేస్తున్నావో వాటి పట్ల నేను ముగ్ధుడనయ్యాను బిడ్డా! నేనొక్కడినే కాదు మొత్తం పట్టణంలో, పట్టణం వెలుపల కూడ ఎక్కడెక్కడైతే నీ సందేశం వెళ్తుందో అందరు నిన్ను నమ్ముతున్నారు. సమాజంలో ఒక విప్లవం వచ్చింది. ప్రజలలో ఉత్సాహాన్ని, స్థైర్యాన్ని నింపావు. నీ ఒక్క పిలుపుతో అన్నీ వదలడానికి, ప్రాణాలు సైతం ఇవ్వడానికి ప్రజలు సిద్ధంగా ఉన్నారు. నీలాంటి కొడుకుని కన్న నీ తల్లిదండ్రులు ధన్యులు. నీ పేరుని సార్థకం చేసావు. మీ కుటుంబానికి, సమాజానికి నువ్వు నిజంగా చందన్వే. నీవు నీ సుగంధంతో ఈ సమాజాన్ని సుగంధమయం చేశావు.'

హరియా మాటలు చందన్ లో నూతనోత్తేజాన్ని నింపాయి. కాని ఎంతో వినయంగా అన్నాడు, 'నేను ఏదైతే చేశానో, చేస్తున్నానో సమాజం యొక్క సహకారం, మద్దతు తోనే సాధ్యం అయింది. ప్రజలు నన్ను ప్రేమిస్తారు. నన్ను నమ్ముతారు. అదే నాకు శక్తి, బలం. తరతరాలుగా అజ్ఞానం, వెనుకబాటుతనంతో కొట్టుమిట్టాడుతోంది మన సమాజం. ఈ అజ్ఞానం, వెనుకబాటుతనం సమాజం నుంచి పోవాలని, నిరాశ, చీకటి నీడలో బ్రతుకుతున్న సమాజంలో రేపటి పై ఆశ విశ్వాసం పెంపొందాలని నా ప్రయత్నం. నా ప్రయత్నంతో నా దళిత సమాజానికి ఏ మాత్రం మేలు జరిగినా నన్ను నేను ధన్యుడిగా భావిస్తాను. అందుకోసం సంతోషంగా ఏ త్యాగం చేయడానికైనా సిద్ధంగా ఉన్నాను.'

చందన్ త్యాగం, అంకిత భావం ముందు హరియా ఇంకేమి మాట్లాడలేక పోయాడు. సమాజ హితం కోసం తను కూడ ఏదైనా చేయాలి అని అనుకున్నాడు.

చందన్ తో అన్నాడు, 'నీ ప్రకాశంతో సమాజాన్ని ప్రకాశింప చేయడం సరిపోదని సమాజ సంక్షేమం, అభివృద్ధి కోసం తనని తానూ సమర్పించుకోవడానికి తపన పడుతున్నావు. నీ సంకల్పం గొప్పది. నీ త్యాగం గొప్పది. జీవితంలో ఇంతకన్న గొప్ప తపస్సు, త్యాగం ఇంకేమీ ఉంటుంది? నీ సంకల్పం, త్యాగం ముందు సమస్త దాన ధర్మాలు దిగదుడుపే. నీ సంకల్పం, త్యాగాన్ని చూసి నా లోపల కూడ సమాజం కోసం ఏదైనా చేయాలనేతపన కలుగుతుంది . నేను ముసలి వాడిని, ఎందుకు పనికి రాని వాడిని. అయితే సమాజానికి మరీ పనికి రాని వాడిని మాత్రం కాదు. ఈ రోజు నుంచి నీ ఉద్యమంలో ఒక సైనికుడిని బిడ్డ! నువ్వు ఏ పని చెప్పితే అది చేస్తాను.'

చందన్ ముందు నుంచే హరియాతో ప్రభావితుడై ఉన్నాడు. అతనన్న ఆ మాటలు చందన్ ని మరింత ప్రభావితుడ్ని చేశాయి. అతని మనసు హరియా పట్ల కృతజ్ఞతలతో నిండి పోయింది. అతనికి కృతజ్ఞతలు చెబుతూ అన్నాడు. 'మీరు ఎంతో చేస్తున్నారు. అదేమన్న తక్కువనా. ప్రతి రోజు ఇక్కడ మీటింగులు జరుగుతాయి. ఎల్లప్పుడూ ప్రజల రాక పోకలుంటాయి. అందరికి స్వాగత సత్కారాలు చేస్తారు. అందు కోసం సమయం ఇవ్వడమే కాకుండ స్వంత పైసలు కూడ ఖర్చు చేస్తారు. ఇంకా అనేక చిన్న చిన్న పనుల కోసం చాలా ఖర్చు చేస్తారు. పైగా నా మీద కూడ ఏమైన తక్కువ ఖర్చు చేస్తారా. మీరు సంపాదించే దంతా, కూడబెట్టినదంతా సంతోషంగా సమాజ సంక్షేమం కోసం నిస్వార్థంతో త్యాగం చేస్తారు. మీరు మన సమాజానికి అనాథపిండకులు. ఇలాంటి భావాలు ఇతరులలో కూడ కలిగితే ఎంత బాగుండును. సమర్థులు ఆదుకోవాల్సిన వారిని ఆదుకోవాలి. ఏ సమాజంలో ప్రజలందరూ ఒకరికొకరు పరస్పరం సహాయ సహకారాలు అందించుకుంటారో, సమాజంలోని మొత్తం శక్తి సామర్థ్యాలను, ఆదాయాన్ని సమాజం యొక్క పురోగతి, అభివృద్ధి కోసం ఉపయోగపడ్తుందో ఆ సమాజంలో అంత కన్న పెద్ద విషయం మరొకటి ఉండదు. మీరు చేసే దానిలో సమాజ సంక్షేమం కోసం మిగతా వాళ్ళు ఒక్క శాతం పని చేసినా చాలా ఎక్కువే. అంతేకాదు మన సమాజం ఎదుర్కొంటున్న దుస్థితి, దారిద్ర్యం ఎక్కువ కాలం ఉండదు.'

'నా దగ్గర ఉంటే ఉన్నదంతా త్యాగం చేసే వాడిని. కాని దురదృష్టవంతుడిని. నా దగ్గర ఏమీ లేదు. కేవలం ఈ శరీరం. దీనిని నీ వెక్కడ అంటే అక్కడ

విసిరేస్తా.' తూటాలు తినడానికి ఛాతి చూపించే వీరుడిలా అన్నాడు.

'మీ భావాలు నాకు బాగా తెలుసు. తరతరాలుగా దారిద్ర్యం, దోపిడీకీ గురైన సమాజం మనది. ఇది వాస్తవం. ఈ వాస్తవాన్ని మీరు అనుభవించారు, జీవించారు కూడ. అందువలన సమాజ సంక్షేమం, అభివృద్ధి కోసం మనం ఏదైతే ఉద్యమం మొదలు పెట్టామో దానిని విజయవంతం చేయడానికి మీ ఆశీర్వాదం, మార్గదర్శనం మరియు మీ అనుభవాలు చాలా అవసరం. ఒకవేళ మేం తప్పు చేస్తే మాకు దారి చూపండి, హింసా మార్గం పట్టితే మమ్మల్ని మందలించండి, మేం అకర్మన్యులమయితే, నిరుత్సాహం చెందితే మమ్మల్ని ప్రేరేపించండి. ఉత్సాహ పరచండి.' ఒక్క క్షణం పాటు ఆగి ఊపిరి పీల్చుకుని శ్రద్ధ గౌరవంతో మళ్ళీ హరియాతో అన్నాడు, 'మా లోని చైతన్యం చావ కూడదని, మా లోని బలం సత్తువ కొనసాగాలని, మా ప్రయత్నం విజయవంతం కావాలని మమ్ముల్ని ఆశీర్వదించండి.'

చందన్ యొక్క దృఢత్వాన్ని మరియు అతనిలోని యువ శక్తిని చూసిన తరువాత ఏదో ఒక రోజు గొప్ప కార్యం చేసి తీరుతాడని, ఏదో ఒక రోజు నలు వైపుల అతని పేరు ప్రతిధ్వనిస్తుంది. ప్రజలు అతని పేరు ప్రతిష్ఠల గురించి మాట్లాడుతారని హరియాకు అనిపించింది. జీవితంలో అనేక సంవత్సరాలు అతనితో గడిపానని, ఆ విషయానికి నేను గర్వపడతానని ఆలోచిస్తూ లోలోపలే సుఖ సంతోషాలను అనుభవిస్తున్నాడు. మళ్ళీ ఆలోచించాడు, 'నేటి పిల్లలు పెద్దలను ఎక్కడ అర్థం చేసుకుంటారు. వారి దృష్టిలో మేం వ్యర్థ జీవులం. అవసరం లేని వాళ్ళం. కాని చందన్ అందరిలాంటి వాడు కాదు.. పెద్దలను ఎంతగా గౌరవిస్తాడు.' అతని మనస్సు ద్రవించి పోయింది. 'మా ఆశీర్వాదం ఎల్లప్పుడూ నీతోనే ఉంటుంది బిడ్డ. నీ మనస్సు, వచనం, కార్యం అన్నీ పవిత్రం. పుణ్య ప్రతాపంతో నీకు అంతా శుభమే కలుగాలి.'

'సరే నేనిక వెళ్తాను. ఒక మీటింగుకు పోవాలి.' అంటూ తన సంచిని భుజాన వేసుకుని వెళ్లి పోయాడు. 'రాత్రికి ఆలస్యంగా వస్తాను.' ఇంటి నుంచి బయటికి వెళ్తూ వెళ్తూ అన్నాడు చందన్.

13

ఠాకూరు గారి బంగళాలో జరుగుతున్న మీటింగులో ప్రస్తుతం ఠాకూరు గారితో పాటు జిల్లా కలెక్టరు, పోలీసు సూపరింటెంటు, సేటు దుర్గాదాస్ మరియు మెల్లెకన్ను పండిత్ కూర్చున్నారు. టేబుల్ మీద విస్కీ బాటిల్, ప్లేట్లలో మిక్చర్, జీడి పప్పు, గుడ్లు ఇతర సామానులను ఉంచారు. చీర్స్ చెప్పుతూ అందరు పెగ్గులను టచ్ చేశారు. ఆరిన గొంతులను తడపడం మొదలు పెట్టారు. అందరి కంటే ముందు సేటు దుర్గాదాస్ తన పెగ్గును ఖతం చేసి గ్లాసుని టేబుల్ మీద పెట్టాడు. పై నుంచి కొంచెం జీడు పప్పు తీసి నోట్లో వేసుకుంటూ మాట కలిపాడు, 'ఇవాళ రేపు సమానతావాదుల ఉద్యమం చాలా తీవ్రంగా నడుస్తుందట?' అని పోలీసు సూపరింటెంటుని అడిగాడు.

'అవును, సమానత్వం పేరు మీద కొంత మంది తలకెక్కినోల్లు అరాచకత్వం వ్యాప్తి చేస్తున్నారు. వాళ్ళే ప్రతి చోట ఉద్యమం నడుపుతున్నారు.' పోలీసు సూపరింటెంటు అన్నాడు.

'వాళ్ళు తమ లక్ష్యాన్ని సాధించగలరని మీ అనుకుంటున్నారా?'ఈ సారి ఠాకూరు గారు అడిగారు.

'కొంచెం ఉత్సాహం ఉంది వాళ్ళలో అంతే. ప్రభుత్వంతో వాళ్ళెక్కడ ఢీ కొనగలరు. పట్టు కోవడం మొదలు పెట్టాం. కొద్ది రోజులలోనే అందరికి జ్ఞానోదయం అవుతుంది.' పోలీసు సూపరిండెంటు ఏదో అజాగ్రత్తగా బదులు ఇచ్చాడు.

'వారిలో జ్ఞానోదయం మీరు ఎప్పుడు తెస్తారో తెలియదు. వారి కార్యక్రమాలు వేగంగా జరుగుతున్నాయి. రోజు రోజుకు కొత్త కొత్త దాడులు జరుగుతున్నాయి. వారు దోపిడీలు, లూటీలు, తగులబెట్టడాలు కూడా ప్రారంభించారని విన్నాం. నా పెట్టెనే దోచుకుపోతే ... ఎటూ కాకుండ అయిపోతాను.' సేటు దుర్గాదాస్ తన ఆందోళనను వ్యక్తం చేశాడు.

'అరె... నాకు నా పంట పొలాల భయం పట్టుకుంది. వాటిని ఎక్కడ తగల బెడతారోనని.' ఠాకూరు గారు తన భయం గురించి చెప్పాడు.

'ఆందోళన చెందవలసిన అవసరమేమీ లేదు. వారి ఉద్యమం త్వరలోనే అణచిపోతుంది. వారి ఇళ్ళ దగ్గర పోలీసు పహారా ఏర్పాటు చేస్తున్నాం.' సూపరిండెంటు భరోసా ఇచ్చాడు.

'కాని ఇదంతా వాళ్ళెందుకు చేస్తున్నారు? వాళ్ళకేం కావాలి?' ఈ సారి మెల్లెకన్ను పండితుడు అడిగాడు.

'సమానత్వం తీసుకోస్తారట. కులం, వర్గం గోడలను ఖతం చేస్తారట. ఎక్కువ తక్కువ వారిని, ఉన్నోల్లను, లేనోల్లను అందరిని ఒకే స్థాయిలోకి తీసుకు వస్తారట.' కలెక్టరు గారు స్పష్టం చేశారు.

'హు...' హూంకరించాడు మెల్లెకన్ను పండితుడు. 'వాళ్ళు అందరి అసమానతలు రూపుమాపుతారా. అదెలా సాధ్యమవుతుంది. బ్రాహ్మణులు, భంగీలు సమానం ఎట్ల కాగలరు? తీసుకోవడానికి, ఖతం చేయడానికి ఈ వ్యవస్థను వాళ్ళేమైనా తయారు చేసారా? ఇదీ సనాతన వ్యవస్థ. ఉండీ తీరుతుంది. ధర్మ శాస్త్రాలను మించిన వారెవరైనా ఉన్నారా ఏంటి?' అంటూ తన పొడవాటి జుట్టును పట్టుకుని ముడి వేసుకున్నాడు మెల్లెకన్ను పండితుడు.

ఎండ కాచుకున్న తరువాత బంగాళా మీదే నుంచి మెట్లు దిగుతూ తన గదిలోకి వెళ్తుంది రజనీ. మీటింగు జరుగుతున్న స్థలంలోకి రాగానే మెల్లెకన్ను పండితుడు అన్న మాటలు ఆమె చెవినపడ్డాయి. వెంటనే అడుగులు ఆగాయి.

'మెల్లెకన్ను పండితుడి మాటలను తిప్పికొట్టాలి' వెంటనే ఆమె మనసులో ఆలోచన వచ్చింది. కాని మళ్ళీ అనుకుంది, 'వదిలేద్దాం. ఏం తిప్పి కొడతాం. బుద్ధి కొద్ది మాటలు.' కాని మనస్కరించ లేదు. ఎవరైనా ఏదైనా తప్పుగా మాట్లాడితే మనం కూడా విని ఊరుకోవడం ఆ తప్పుడు మాటలను సమర్థించడమే అవుతుంది. నిజానికి అలాంటి మాటలను సమర్థించకూడదు. తప్పుని, అనుచిత వ్యవహారాన్ని తప్పకుండ వ్యతిరేకించాలి. మనసులో అలా నిర్ణయించుకుని మీటింగు వైపు తిరిగింది.

గదిలోకి ప్రవేశించ గానే అంది, ' వ్యవస్థను మార్చలేమని ఎవరంటున్నారు? అన్నీ వ్యవస్థలను తయారు చేసింది చివరకు మనిషే అన్నీ వ్యవస్థలు మనిషి కోసమే ఉన్నాయి. అలాంటప్పుడు, ఏ వ్యవస్థలోనైనా దోషం ఉంటే, ప్రగతికి బదులు పతనానికి కారణం అవుతుంటే దానిని తప్పకుండ మార్చవచ్చు. మార్చాలి కూడ.'

అకస్మాత్తుగా మీటింగులో నిలబడి రజనీ వాదించిందాన్ని చూసి అందరు ఒక్కసారిగా ఎగిరిపడ్డారు. ఒకరి మొహాలు ఒకరు చూసుకోవడం మొదలు పెట్టారు. ఒక్క క్షణం మీటింగులో నిశ్శబ్దం ఆవరించింది. మెల్లెకన్ను పండితుడు నిశ్శబ్దాన్ని చేదించాడు, ' రజనీ ఏమంటున్నావు అమ్మా! ప్రతి విషయంతో మంచి చెడు ముడి పడి ఉన్నాయి. ఈ వ్యవస్థ మారితే మనకు ఎంత హాని కలుగుతుందో నీకు తెలుసా.'

'ప్రతి విషయానికి మంచి చెడు ముడిపడి ఉంటాయని మీరు బాగానే చెప్పుతున్నారు. అయితే మన మంచి కోసం ఇతరుల మంచిని బలి ఇవ్వడం ఎంత వరకు సమంజసం? సుఖం, గౌరవం ఎవరు కోరుకోరు? ఏ వ్యవస్థలోనైతే ఒక వ్యక్తికీ కావలసినవి అన్నీ కాభిస్తాయో, మరొక వైపు వ్యక్తి దారిద్ర్యం, దోపిడిలో కూరుకుపోతాడో అలాంటి దానిని మీరు వ్యవస్థ అంటారా. నేను అడుగుతున్నాను అదేలాంటి వ్యవస్థ అని. ఎక్కడి న్యాయం అని. బ్రాహ్మణుడు, భంగీ ఇరువురి శరీర నిర్మాణం ఒకే రకంగా లేదా? ఇద్దరు రక్త మాంసాలతో పుట్ట లేదా? ఇరువురి శరీరాలలో ప్రవహించే రక్తం రంగు ఒకటి కాదా? అలాంటప్పుడు ఇద్దరు సమానం ఎందుకు కాలేరు?' ప్రశ్నల వర్షం కురిపించింది రజనీ. మెల్లెకన్ను పండితుడు అవాక్కయ్యాడు. రజనీ ప్రశ్నలకు అతని దగ్గర ఎలాంటి సమాధానం లేదు. తెల్ల మొహం వేశాడు. రజనీకి ఎలా జవాబివ్వాలో

తెలియని సతమతం. ఏమి ఆలోచించలేక పోతున్నాడు. మిగతా వాళ్ళు కూడా మౌనం వహించారు. ఎవరు కూడ రజనీని వ్యతిరేకించలేదు. మౌనం వహించి అందరు రజనీ ని సమర్ధిస్తున్నారని మెల్లెకన్ను పండితుడికి అనిపించింది. అందరిలో తానూ ఒంటరి వాడినయ్యానని అతనికి కోపం వస్తుంది. కోపం తగ్గించుకోవడానికి అతను దిక్కులు చూడడం మొదలు పెట్టాడు.

రజనీ ముఖం, ఆమె మాట్లాడే తీరుతోనే తెలిసి పోతుంది కోపంలో ఉందని. మెల్లెకన్ను పండితుడితో రజనీ పడ్డ ఘర్షణ ఠాకూరు గారికి పెద్ద విషయం కాదు. అయితే ఎస్.పి, కలెక్టరు గారు ఎక్కడైనా ఇబ్బంది పడతారేమోనని అతని బాధ. అయినా ఠాకూరు గారు కూడా ఏం చేయగలరు? రజనీకి ఏం చెప్పాలో అతనికి కూడా ఏమీ తోచడం లేదు.

నిముషం క్రితం వరకు నవ్వులతో మారు మ్రోగిన గదిలో ఒక్కసారిగా నిశ్శబ్దం ఆవరించింది. అందరు ఒకర్నొకరు చూసుకుంటున్నారు. ఎవరికీ కూడా ఏమీ తోచడం లేదు. చివరకు కలెక్టరు గారు పరిస్థితిని చక్క బెట్టాడు, 'నీవు నిజం మాట్లాడుతున్నావు అమ్మా! అందరి మేలు గురించి శ్రద్ధ వహించాలి. ఆ పని మాది. మేము తప్పకుండ ఆ వైపు శ్రద్ధ తీసుకుంటాం. కాని మా చేతులు కూడ కట్టేసి ఉన్నాయి. మాకు కొన్ని పరిమితులు ఉన్నాయి. కేవలం పరిపాలన పరంగా వీటిని చూడగలం. వ్యవస్థకు సంబంధించినంత వరకు పరిపాలన స్థాయిలో వ్యవస్థలో మార్పు జరగదు. వ్యవస్థలో మార్పు తీసుకు రావాలంటే సమాజం యొక్క ఆలోచనలో మార్పు తీసుకు రావాలి. అందు కోసం సమాజానికి కొత్త రకమైన విద్య అవసరం. ఈ పనిని సమాజంలో ఉన్న యువకులు చేయాలి. వారే బాగా అమలు చేయగలరు. నీ లాంటి యువతులు కూడా సామాజిక మార్పులో గొప్ప పాత్రను పోషించ గలరు. ... నువ్వు నీ ప్రయత్నం చేయ్. మా ప్రయత్నం మేము చేస్తాం. మన ఎస్.పి. గారు కూడా తనవంతు ప్రయత్నం చేస్తారు. చూద్దాం బహుశా అప్పుడేమైన దేశ ముఖ చిత్రం మారుతుందేమో.' అంటు కలెక్టరు గారు ఎస్.పి. వైపు తిరిగారు. ఎస్.పి. గారు కూడ మద్దతుగా మెడ ఊపాడు, 'అవునవును...ఎందుకు చేయం ... తప్పకుండ మేము కూడా మా వంతు ప్రయత్నం చేస్తాం.'

'అందరు ఆలోచించి నప్పుడే , అందరు తమ తమ స్థాయిలో ప్రయత్నం చేసి నప్పుడే సమాజం మారుతుంది.' అంటూ కలెక్టరు గారు వెళ్ళడానికి లేచి

నిలబడ్డారు. కలెక్టరు గారితో పాటు ఎస్.పి.గారు కూడ లేచి నిలబడ్డారు. రజనీ ప్రవర్తన కలెక్టరు గారికి నచ్చలేదని ఠాకూరు గారు అనుకున్నారు. ఠాకూరు గారు వారిని ఆపాలని అనుకున్నారు. కాని కలెక్టరు గారు ఆగ లేదు. ఎస్.పి. గారు కూడా ఆగ లేదు. ఇద్దరు తమ తమ వాహనాలలో కూర్చుండి పట్టణం వైపు వెళ్ళారు. మెల్లెకన్ను పండితుడు, సేటు దుర్గాదాస్ ఇద్దరు కూడ తమ ఇళ్ళలోకి వెళ్లి పోయారు. కొద్ది సేపటి క్రితమే ఎంతో ఉత్సాహంగా మొదలైన పార్టీ అర్థాంతరంగా ముగిసింది.

14

చందన్ నాయకత్వంలో సమాజ మార్పు కోసం ప్రారంభమైన ఉద్యమం యొక్క ప్రభావం సమాజం మీద బాగానే పడింది. ప్రజల ఆలోచనలలో మార్పు తీసుకు వచ్చింది. ఇంతకాలం భ్రమలకు లోనైన దళితులు నిజాలను తెలుసుకోవడం మొదలు పెట్టారు. పుట్టుక ఆధారంగా ఒక వ్యక్తి శ్రేష్ఠుడు, నీచుడు అని భావించే మనస్తత్వం తగ్గి మార్పు మొదలైంది. దాని స్థానంలో వ్యక్తి పుట్టుకతో కాదు అతని గుణ కర్మలతో, అర్హతలతో శ్రేష్ఠుడు లేదా నీచుడు అవుతాడు అనే భావం వ్యాప్తి చెందడం మొదలైంది. ఇదంతా చందన్ అలుపెరగని ప్రయత్నాల ఫలితమే ఈ సంతోషకరమైన మార్పు. ఎన్నో అడ్డంకులు, కఠోర శ్రమ తరువాత తమ సమాజ ప్రజల మనస్సులలో నుంచి హీనత్వపు భావాలను తొలగించడంలో అతను విజయం పొందగలిగాడు. ఎవరైతే శీలాన్ని, సదాచారాన్ని ఆచరిస్తారో, నిజాయితితో సత్య మార్గాన నడుస్తారో, ఇతరులను మోసం చేయరో, ఎవరి మనస్సులోనైతే కుళ్ళు కుతంత్రం ఉండదో, కష్టపడి సంపాదించి తింటారో వారే శ్రేష్టులని, ఎవరైతే చెడుగా వ్యవహరిస్తారో, చెడు తిరుగుళ్ళు తిరుగుతారో, అబద్దాలు చెప్పుతారో, నిజాయితితో ఉండరో, ఇతరులను మోసం చేయాలని కుళ్ళు కుతంత్రాలు చేస్తారో, దోపిడీ స్వభావం కలిగి ఉంటారో , ఇతరులను

మోసం చేసి వారిని భ్రమలకు, భ్రాంతులకు గురి చేస్తారో, వారిని భయ పెట్టి, ప్రలోభ పెట్టి వారి కష్టార్జితాన్ని దోచుకుని పొట్ట నింపు కుంటారో వారు నీచులని అర్థం అయ్యేట్లు చెప్పడానికి ఎంతో కష్ట పడాల్సి వచ్చింది.

చైతన్యం రావడంతో సమాజంలో ఆడంబరాలను, మూఢ నమ్మకాలను వ్యతిరేకించడం మొదలైంది. విశ్వాసాలు, పూజార్చనల ఔచిత్యాన్ని విశ్లేషించడం ప్రారంభమైంది. మనిషి పుట్టుక నుంచి చావు వరకు పాటించే మతపరమైన, సామాజికపరమైన ఆచార వ్యవహారాల ఆధారంగా వర్ధిల్లే పండిత పురోహితుల వృత్తులకు గట్టి దెబ్బ తగిలింది. ఎవరైతే ఈ మార్పుని పసిగట్టారో వారు తమ వృత్తులను వదిలేసి ఇతర వృత్తులను అలవరచుకున్నారు. ఎవరైతే ఈ మార్పుని పసిగట్ట లేక పోయారో, పసిగట్టి కూడ శ్రేష్టులమనే అహం, అహంకారం మూలంగా నిజాన్ని అంగీకరించకపోవడంతో సమస్యలను ఎదుర్కోవలసి వచ్చింది. ఎందుకంటే ఒకవైపు దాన దక్షినాలు ఆగిపోవడం, మరో వైపు కష్ట పడి సంపాదించి తినే అలవాటు లేక పోవడంతో శ్రమతో కూడిన పని చేయడం కఠినంగా తోచడం. ఫలితంగా సంప్రదాయ వృత్తితో కడుపు నింపు కోవడం కష్టమై పోయింది. దానితో చాలా మంది తమ వృత్తులను వదిలి పెట్టి ఇతర అనుకూలమైన పనులను వెతుకుతూ పుట్టి పెరిగిన ప్రాంతాలను, ఊర్లను వదిలి వేసి ఇతర ప్రాంతాలకు వలస వెళ్ళ వలసి వచ్చింది.

ఎక్కడేక్కడైతే ఈ మార్పు యొక్క గాలి వీచిందో నిమ్న, అవర్ణ ప్రజలు సవర్ణుల సామాజిక శ్రేష్టత్వాన్ని తిరస్కరించడమే కాకుండ భూస్వామ్య పెట్టుబడిదారీ వ్యవస్థలను కూడ వ్యతిరేకించడం మొదలు పెట్టారు. ఇప్పటి వరకు ఠాకూర్లు, షావుకారుల పొలాలలో వెట్టి చాకిరి చేస్తూ నామమాత్రపు కూలీ తీసుకునే కూలీలు కూడా శ్రమకు తగ్గ ఫలితం దక్కాలని అడగడం మొదలు పెట్టారు. అలాగే షావుకారుల నుంచి నడ్డి విరిగే వడ్డీలకు అప్పులు తీసుకోవడం మాని వేశారు. దీనితో సహజంగానే కొంత మంది తీవ్రమైన ఇబ్బందులకు గురయ్యారు. చిన్న చిన్న అవసరాలకు కూడా సేట్లు షావుకారుల వైపు చూసే వారు వారిని బహిష్కరించడంతో ఇక్కట్లకు, అసౌకర్యాలకు గురి కావడం సహజమే కదా..

మనిషి తన అభిప్రాయాల పట్ల దృఢంగా నిజాయితిగా ఉన్నప్పుడు ప్రతి సమస్యకు ఎలాగోలా పరిష్కారం లభిస్తుంది. సామాన్య ప్రజలు తమ అభిప్రాయాల పట్ల నిజాయితీతో దృఢంగా ఉన్నారు. సహకార సమితులను

ఏర్పాటు చేసి ఈ సమస్యను పరిష్కరించడం జరిగింది. చిన్న చితకా అవసరాల కోసం సేట్లు షావుకారుల కాళ్ళ వెళ్ళా పడవలసిన పరిస్థితి పోయింది. సహకార సమితిల ద్వారా ఆ అవసరాలు తీరుతున్నాయి. సహకార సమితులను ఏర్పాటు చేయడంతో ప్రజల సామాన్య అవసరాలు తీరడంతో పాటు వారి మధ్య ఐక్యత, ఒకరికొకరు సహకరించుకోవాలనే భావం పెంపొందింది. దీనితో సేట్లు షావుకారుల మీద ఆర్థికంగా ఆధార పడడం ఖచ్చితంగా తగ్గి పోయింది. సెట్లు షావుకారుల అవసరం లేకుండ పోయింది.

డబ్బుతో డబ్బు సంపాదించడమే సేట్లు, షావుకారుల వ్యాపారం. అయితే ఎక్కడో ఒక చోట డబ్బు పెట్టుబడి పెట్టినప్పుడే డబ్బుతో డబ్బు సంపాదించగలరు. డబ్బు వాడుకలో లేకపోతే సంపాదన ఉండదు. సేట్లు షావుకారుల వద్ద డబ్బు ఉంది. కాని పెట్టుబడి ఎక్కడ పెట్టాలనేది సమస్య. ఇప్పటి వరకు గ్రామంలో ఉండే పేదలకు, అవసరమైన వారికి అప్పుగా ఇచ్చి వడ్డీ చక్రవడ్డీ రూపంలో బాగా సంపాదించే వారు. అప్పు తిరిగి చెల్లించక పోతే ఇండ్లు, భూములను హస్తగతం చేసుకునే వారు. కాని ఎప్పుడైతే సహకార సమితుల ద్వారా ప్రజలకు అప్పు లభించడం మొదలైందో సేట్లు షావుకారుల వడ్డీ వ్యాపారం పూర్తిగా దెబ్బ తిన్నది. ఆదాయం రాక పోవడంతో ఉన్న డబ్బు ఖర్చు అయిపోవడం, దానితో వారి ఆర్థిక పరిస్థితి కింద మీద కావడం మొదలైంది .

ఠాకూర్లు, జమీందారులదీ ఇదే పరిస్థితి. కూలీలతో వెట్టిచాకిరి చేయించుకోవడానికి, ఇష్టమొచ్చినట్లు కూలీ ఇవ్వడానికి అలవాటు పడిన ఠాకూర్లు, జమీందారులు కూలీలు అడిగినంత కూలీ ఇవ్వడానికి సిద్ధంగా లేరు . అందుకు విరుద్ధంగా కూలీలకు గుణపాఠం చెప్పాలనే ఉద్దేశ్యంతో తమ పంట పొలాలలో వారికి పనులు ఇవ్వడం మానేశారు. కూలీ నాలీ చేసుకుని పొట్ట నింపుకునే వారికి కూలీ పని లభించక పోతే వారికి పూట గడవడం కష్టమై పోతుంది. పని దొరకక పోతే ఆకలితో చస్తారని, తిక్క కుదురుతుందని, మళ్ళీ రేపోమాపో తమ వద్దకు వచ్చి ముక్కు నేల రాసి కాళ్ళబేరానికి వస్తారని ఠాకూర్లు, జమీందారుల ఆలోచన. ఈ గర్వంతోనే వాళ్ళు కూలీల న్యాయమైన కోరికలను తిరస్కరించారు.

కూలీలకు వారి శ్రమనే సర్వస్వం. అది ఎంతో గొప్పది, విలువైనది. శ్రమయే వారి జీవిత ఆధారం. అయితే పెట్టుబడిదారులకు, జమీందార్లకు కూడ వారి

శ్రమ విలువ తక్కువేమీ కాదు. ఒకవేళ పని లభించక పోతే శ్రామికుల యొక్క జీవనోపాధి కఠినం అయితే, శ్రామికులు పనిచేయక పోతే పెట్టుబడిదారుల, జమీందార్ల ఉత్పత్తి కూడ నిలిచి పోతుంది. ఉత్పత్తి నిలిచి పోతే ఆదాయం ఉండదు. ఆదాయం లేకపోతే ఆర్ధిక పరిస్థితి దెబ్బ తింటుంది.

ఠాకూర్లు, జమీందారులు పని ఇవ్వక పోవడంతో కూలీ వాళ్ళకు అనేక ఇబ్బందులు ఎదురయ్యాయి. అయితే ఇబ్బందులను అధిగమించడానికి వారు ఠాకూర్లు, జమీందారుల ముందు చేతులు చాచ లేదు. ముక్కును నేలకు రాయలేదు. పని వెతుకుతూ ఇతర ప్రాంతాలకు వెళ్ళడం మొదలు పెట్టారు. పట్టణాలలో ఒకటిని మించిన మరొక మిల్లులు, కార్ఖానాలు ఉన్నాయి. పని దొరికే అవకాశాలు ఎక్కువ ఉండడమే కాదు కూలీ కూడ గ్రామాలతో పోల్చితే ఎక్కువ దొరుకుతుంది. అందువలన గ్రామంలో ఠాకూర్లు, జమీందారుల పంట పొలాలలో రాత్రింబవళ్ళు కష్ట పడి కూడా కడుపు నిండ తినని వాళ్ళు, వారి దయాదాక్షిణ్యాల మీద బ్రతికే భూమి లేని వ్యవసాయ కార్మికులు వారి దోపిడీ, అణచివేతలు, ఊపిరాడని గ్రామీణ వాతావరణం నుంచి బయటపడి స్వేచ్ఛాయుత వాతావరణంలో ఊపిరి పీల్చు కోవడానికి ఉత్సాహవంతులు అయ్యారు. అందు కోసం వారు గ్రామాన్ని వదిలి పట్టణం వైపు ప్రయాణమయ్యారు.

గ్రామీణ పేదలు, కూలీలు పట్టణాలకు వెళ్లి పోవడంతో పంట పొలాల్లో పని చేయడానికి ఠాకూర్లు, జమీందారులకు వ్యవసాయ కూలీలు కరువయ్యారు. వారి పంట పొలాలన్నీ పాడయ్యాయి. ఎల్లప్పుడు వివిధ రకాల పంటలతో పచ్చగా రెపరెపలాడే పంట పొలాలు కొద్ది రోజుల్లోనే బీడు భూములుగా మారిపోయాయి. ఎవరినైతే నిరంతరం పశువుల కన్నా హీనంగా చూశారో, వాళ్ళు వ్యర్థ పరులు కాదని, వారు కూడా ప్రాముఖ్యత, విలువ కలిగిన వారని పొలాలు పాడయ్యాక వాళ్లకు అర్థమయ్యింది.

ఈ మార్పు గాలులు మాతాపూర్ కు కూడ తాకాయి. ఫలితంగా మెల్లెకన్ను పండితుడి వ్యాపారం పాడయ్యింది. దుర్గాదాసు వృత్తి దెబ్బ తిన్నది. ఠాకూరు గారి వ్యవసాయం మొత్తం అటకెక్కింది. ధన, ఐశ్వర్యాల ఆకాశంలో ఎగిరే ఈ మానవ పక్షులు భూమ్మీదకు వచ్చి పడ్డారు. భవిష్యత్తు ఊహించుకుని భయభ్రాంతులకు గురయ్యారు. ప్రారంభంలో కూలిపోతున్న తమ కోటలను శిథిలాలు కాకుండ కాపాడుకునేందుకు తమ తమ పద్ధతులలో ఈ మార్పుకి

దూరంగా ఉంచేందుకు ప్రజల్ని బుజ్జగించే, బ్రతిమిలాడి, భయ పెట్టేందుకు మెల్లెకన్ను పండితుడు, దుర్గాదాసు, ఠాకూరు అందరు కలిసి. విశ్వ ప్రయత్నం చేశారు. ఠాకూరు సాహేబ్ బెదిరించే ప్రయోగం కూడ చేశాడు. కాని ఈసారి ప్రజల ఆలోచనలు మరొక విధంగా ఉన్నాయి. ఎలాంటి మాటను లెక్క చేయకుండ లక్ష్యం కోసం బద్ధులై ఉన్నారు. బుజ్జగింపులకు, బెదిరింపులకు ఏ మాత్రం లొంగలేదు.

తన అస్తిత్వం, జీవనోపాధి ప్రమాదంలో పడడాన్ని చూసి మరో దారి లేక పోవడంతో మెల్లెకన్ను పండితుడు మాతాపూర్ ని వదిలి వెళ్ళ వలసి వచ్చింది. పెట్టే బేడా సర్దుకుని తన పౌరోహిత్యాన్ని కొనసాగించడం కోసం కొత్త ప్రాంతాన్ని వెతుకుతూ ఎక్కడో అజ్ఞాత ప్రదేశానికి వెళ్లి పోయాడు. దుర్గాదాసు కోమటి కులస్థుడు. గ్రామంలో సహకార సంఘం స్థాపించగానే మార్పును పసి గట్టాడు. కటువుగా వ్యవహరించో, బలవంతంగానో పైసలు వసూలు చేయడం సాధ్యం కాదన్న విషయాన్ని కూడా అతని కోమటి బుద్ధి పసి గట్టింది. ప్రజల వ్యవహార సరళిని గమనించి తన వైఖరిని మార్చుకున్నాడు. ప్రేమ వినమ్రతలతో అసలుతో పాటు వడ్డీని కూడా ఎంత ఎక్కువ వసూలు చేసుకోగలడో అంత వసూలు చేసుకుని తానూ జమ చేసిన దానినంత ఒక మూట గట్టుకుని మరొక వ్యాపారాన్ని వెతుక్కుంటూ పట్టణ మార్గం పట్టాడు.

ఠాకూరు గారి పరిస్థితి అందరికన్నా విచిత్రంగా ఉంది. ఎటు తేల్చుకోలేని పరిస్థితి. తన అపారమైన ఆస్థులను వదిలి పెట్టి ఎక్కడికైనా వెళ్లి పోవడం గాని, గత వైభవాన్ని మరచిపోయి ప్రస్తుత పరిస్థితితో రాజీపడి సామాన్య వ్యక్తిలా బ్రతకడం గాని చేయలేడు. అతని జీవితం తీవ్రమైన నిరాశ నిస్పృహలకు గురైంది. నిన్నటి వరకు పని వాళ్ళతో, నౌకర్లతో సందడిగా కనబడే ఇంట్లో ఇప్పుడు చిన్న పనైనా, పెద్ద పనైనా తనే చేసుకోవాలి. తన చేతితో గడ్డిపోచ కూడ ఇటు తీసి అటు పెట్టే వాడు కాదు. అతని ముందు నోరు విప్పి మాట్లాడే సాహసం చేయనటువంటి వారు కూడ నేడు తలెత్తుకుని తిరుగుతున్నారు. ఇదంతా ఠాకూరు సాహేబుకు ఎంతో అవమానకరంగా అనిపించేది. లోలోపల తల్లడిల్లే వాడు. కుమిలిపోయే వాడు. ఏమీ చేయలేని అశక్తత. నిన్నటి దాకా ఎవరినైతే కాలి కింది చెప్పులా భావించాడో వాళ్ళే ఈ రోజు తలెత్తుకుని గర్వంగా తిరుగుతుంటే ఎలా భరించగలడు. వాళ్ళ కళ్ళల్లో కళ్లెలా కలపగలడు.

ఒక్కసారిగా పరిస్థితి మారి పోయింది. నిన్నటి వరకు ఠాకూరు సాహేబు దారిలో ఎదురవగానే ఎవరైతే పక్కకు తప్పుకునే వారో ఈ రోజు వాళ్ళనే తప్పించుకుని ఠాకూరు సాహేబు తిరుగుతున్నాడు.

ఠాకూరు సాహేబుకు బ్రతకడం కష్టమనిపిస్తుంది. ప్రతి రోజు ప్రతి క్షణం మృత్యువు ఎదురు చూస్తున్నట్లు అనిపిస్తుందతనికి. కాని మరణించే ముందు రజనీ పెళ్లి చేసి నిశ్చింతగా ఉండాలనుకుంటున్నాడు. అయితే రజనీ మాత్రం పెళ్ళికి ఒప్పుకోవడం లేదు. ఠాకూరు సాహేబ్ ప్రతి రోజు ఆమెను ఒప్పించే ప్రయత్నం చేసేవాడు.. కాని ఆమె ఏదో రకంగా తప్పించుకునేది. ఠాకూరు సాహేబు ఏమీ అనలేక మౌనంగా ఉండిపోయే వాడు. కాని ఎన్నాళ్ళు తప్పించుకోగలదు. చివరికి ఒక రోజు అనేసింది, 'నాకు తెలుసు నాన్నగారు. జీవితంలో పెళ్ళి చాలా ముఖ్యం. కాని జీవితంలో పెళ్లి కన్న ముఖ్యమైన మరియు అనివార్యమైన విషయాలు ఉంటే ముందుగా వాటిని నేర వేర్చాలి.'

'కాని పెళ్లికి ఒక వయస్సు ఉంటుందమ్మా. ప్రతి తల్లీ దండ్రి సరైన వయస్సులోనే కూతురి కాళ్ళు కడగి తమ బాధ్యత తీర్చుకోవాలనుకుంటారు' రజనీకి నచ్చచెప్పే ప్రయత్నం చేశాడు ఠాకూరు సాహేబు.

'కాని నాన్న గారు! వయస్సు రాగానే పెళ్ళీ చేసేసినంత మాత్రాన తమ పిల్లల పట్ల తల్లిదండ్రుల బాధ్యతా తీరి పోతుందా? పిల్లలు గౌరవంగా ఆత్మాభిమానంతో జీవించే విధంగా చూడడం వారి బాధ్యతా కాదా?' రజనీ ప్రశ్నించింది.

రజనీ అలా ప్రశించే సరికి ఠాకూరు సాహేబు నివ్వరబోయాడు. కాని వెంటనే తేరుకుని అన్నాడు, ' ఉందమ్మా బాధ్యత ఉంది. పిల్లలు గౌరవంగా ఆత్మాభిమానంతో జీవించ కూడదని ఏ తల్లిదండ్రులు కోరుకుంటారు! తమ పిల్లల సుఖ సంతోషాల కోసం పూర్తిగా ప్రయత్నిస్తారు...కాని నీకు ఇలా అడగాలని ఎందుకు అనిపించింది? నేనేం తక్కువ చేశాను? నీ సుఖ సంతోషాలకు ఎలాంటి లోటు కలగనీయ లేదు కదా. ఈ ఆస్థిపాస్తులు, బంగళా, ఐశ్యర్యం ఎవరి కోసం? అన్నీ నీ కోసమే కదా.'

అయితే ఠాకూరు సాహేబు మాటలు రజనీని సంతోష పెట్ట లేదు. తను తిరిగి ప్రశ్నించింది, 'వీటి ద్వారా నాకు సుఖ సంతోషాలు లభిస్తాయని మీరు అనుకుంటున్నారా?...ఒకవేళ అలా మీరు అనుకుంటే అది మీ పొరపాటు నాన్నగారు. కాలం వేగంగా మారుతుంది. ఎవరినైతే మీరు అణచివేసి, దోచుకుని

ఈ ఆస్థిపాస్తులను కూడ బెట్టారో, ఎవరినైతే అవమానించి హింసించారో వారు నేడు మిమ్మల్ని అసహ్యించుకుంటున్నారు. దానిని మీరు కూడ చూస్తున్నారు. మీరు చేసిన అవమానాలు, మీరు పెట్టిన బాధల పట్ల ప్రతీకారం మీ వరకే పరిమితం కాదు. ఆ దోపిడీకి, బాధలకు గురైన ప్రజలలో ఉన్న ఆక్రోశం, అగ్ని మీతో పాటు మమ్ముల్ని కూడ కాల్చేస్తుంది. తరతరాలుగా పీడనకు గురైన వాళ్ళు, శతాబ్దాలుగా అత్యాచారాలకు, అణచివేతకు గురైన వాళ్ళు పూర్తిగా విసిగి పోయారు. రేపు వాళ్ళ సంతానం కేవలం మిమ్ముల్నే అసహ్యించుకోదు. మీరు ఈ రోజు ఉంటారు. రేపు ఉండరు. వారి కోపం, ఆక్రోశం మా మీద ఉంటుంది. మమ్ముల్ని అసహ్యించుకుంటారు. అలాంటి పరిస్థితిలో సుఖ సంతోషాలతో గౌరవంగా ఎలా బ్రతక గలం'.

తానూ జనాలను దోచుకున్నానని, దాడులు చేశానని, నేరస్తుడని ఒప్పుకోవడానికి ఠాకూరు సాహెబ్ సిద్ధంగా లేదు. అతను అన్నాడు, 'సొంతంగా నేనేమీ చేశానని? ఏమీ చేయలేదు. సంప్రదాయాలను పాటించాను. వ్యవస్థతో పాటు బ్రతికాను. అంతే. ఇందులో నా నేరం ఏముంది? నా మీద ఈ ఆక్రోశమెందుకు?'

కాని రజనీ వైఖరిలో ఎలాంటి మార్పు లేదు. తన మాట మీద కట్టుబడి ఉంది. 'మీరు నేరస్థులు నాన్నగారు. మీరు కూడ నిర్దోషులు కారు. ఒకవేళ సంప్రదాయాలు బాగా లేకపోతే, ప్రజలకు వ్యతిరేకంగా ఉంటే, వ్యవస్థ దోషపూరితంగా ఉంటే వాటిని వ్యతిరేకించాలి. ఒకవేళ వ్యతిరేకించే శక్తి సామర్థ్యాలు లేక పోతే కనీసం మనం వాటిని పాటించకుండ ఉండవచ్చు. కాని మీరు అలా కూడా ఎక్కడ చేశారు. సమాజాన్ని ముక్కలు చేసి నిర్వీర్యం చేసి కుళ్ళి పోయిన వ్యవస్థని అనుసరించారు. ప్రజలకు వ్యతిరేకంగా ఉన్న సంప్రదాయాలను పాటించారు. ఈ సమాజాన్ని, సంప్రదాయాలను సృష్టించిన వాళ్ళు ఎంత దోషులో వాటిని ఆచరించే వాళ్ళు కూడా అంతే దోషులు. అందుకే మీరు కూడ దోషులే. మీరు చేసిన నేరానికి శిక్ష మీకే కాదు ఆ శిక్ష నుంచి మేము కూడ తప్పించుకోలెం .'

రజనీ మాటలకు ఠాకూరు గారు వద్ద ఎలాంటి సమాధానం లేదు.. ఆయన ఏమీ అనలేక పోతున్నాడు. తన కూతురు న్యాయస్థానంలో ఈ రోజు అతను దోషిగా నిల బడ్డాడు. తన మీద తనకే జాలి వేసింది. ఇక రజనీని ఎదుర్కునే

ధైర్యం తనలో లేదని అతనికి అనిపించింది. అందుకే అక్కడితో ఆపేయాలని అనుకుని అన్నాడు, 'అయితే నువ్వు పెళ్లి చేసుకోవన్న మాట'.

'లేదు'. రజనీ స్పష్టంగా చెప్పేసింది. 'లేదు. ప్రస్తుతం పెళ్లి కంటే ముఖ్యమైన విషయం మీరు చేసిన పొరపాట్లకు ప్రాయశ్చిత్తం చేసుకోవడం. ఏ దళిత పీడితులని మీరు ఇబ్బందులకు గురి చేశారో వారికి క్షమాపణలు చెప్పి వారి కోపాన్ని, ఆక్రోశాన్ని శాంత పరిచే ప్రయత్నం చేస్తాను. మీరు చేసిన అత్యాచారాలు, నేరాల మూలంగా నా నుదుటి మీద పడ్డ కలంకాన్ని కడిగేయాడానికి ఇదే సరైన మార్గం. బహుశ అప్పుడే వాళ్ళు మనల్ని అంగీకరిస్తారేమో. మనం కూడా అందరితో కలిసి బ్రతక గలుగుతామేమో. వారి అంగీకారంలోనే మన అస్తిత్వం ఇమిడి ఉంది. ఒకవేళ మనం ప్రాయశ్చిత్తం చేసుకోకపోతే, క్షమాపణలు అడగక పోతే, వారు మనల్ని అంగీకరించరు. సమాజంలో మనం బ్రతకడం కష్టమై పోతుంది. అందుకనే నా పెళ్లి విషయం వదిలి వేయండి నాన్నగారు. నేనేమైనా తప్పుగా మాట్లాడుతున్నానా ఆలోచించండి. ఒకవేళ నా అభిప్రాయాలు సముచితమని మీరు భావిస్తే, మీరు కూడా వారి మధ్యకు వెళ్ళండి. మీరు చేసిన అన్యాయాలకు క్షమాపణలు అడగండి. నాకు తెలిసి మిమ్ముల్ని క్షమించ లేనంత కఠినమైన వారేమీ కాదు వాళ్ళు. మీరు స్వచ్ఛమైన మనస్సుతో క్షమాపణలు అడిగితే వారు కూడ భయంకరమైన గతాన్ని మరచి పోతారు. అప్పుడు అందరు కలిసి మెలిసి ఉండవచ్చు.'

తన కూతురే తనని ఉపెక్షిస్తుంది. ఏ కూతురు సుఖ శాంతుల కోసమైతే సదా తపించే వాడో ఆ కూతురే తనను ఖాతరు చేయడం లేదు. అతనికి చాలా బాధ అనిపించింది. అయినా ఏమీ చేయలేని పరిస్థితి. నిస్సహాయ స్థితిలో ఉండి పోయాడు.

'అలాగే అమ్మ, ఆలోచిస్తాను' అంటూ అక్కడితో ఆపేసి ఠాకూరు గారు తన గది లోకి వెళ్ళాడు.

15

పని ఒకరోజు దొరుకుతుంది. ఇంకో రోజు దొరకదు. ఏ పూటకాపూట కూలీ నాలి చేసుకుని తినే వాళ్ళ బ్రతుకులు ఇలానే ఉంటాయి. పని దొరికితే పూట గడుస్తుంది. దొరకక పోతే పస్తులుండాల్సి వస్తుంది. ఇలాంటి పరిస్థితే ఒకరోజు రమియా సుఖ్ఖాలకు ఎదురైంది.

చాలా రోజుల నుండి సుఖ్ఖా పనికోసం వెతుకుతున్నాడు. రోజు పొద్దునే సద్ది మూట కట్టుకుని ఇంటి నుంచి బయలుదేరి రోజంతా పని కోసం అటు ఇటు తిరిగి సాయంత్రం అలసి పోయి నిరాశతో ఇంటికి తిరిగొచ్చేవాడు. ఇంట్లో పిండి కొంచెమే ఉంది. అది కూడా ఎన్ని రోజుల వరకు వస్తుంది. రెండు మూడు రోజులలో అది కూడా అయిపోయింది. పస్తులుండే పరిస్థితి ఏర్పడింది.

'ఇప్పుడెట్లా?' గూడు, గుడ్డ లేకున్న గడప వచ్చు. కాని కూడు లేకుండ బ్రతకడం కష్టం. మిగతా వాటితో సర్దుకు పోవచ్చు. కాని ఆకలితో ఒక మనిషి ఎంత కాలం పోరాడగలడు మనిషి, ఆకలి మంటని ఎలా శాంత పరచగలడు. సుఖ్ఖా రమియాలది జీవన్మరణ సమస్య. 'ఈ సంక్షోభం నుంచి ఎలా బయట పడేది' చాలా ఆలోచించారు ఇద్దరు. ఎలాంటి ఉపాయం తోచకపోవడంతో సుఖ్ఖాతో అంది రమియా 'ఇక్కడికొచ్చాక ఎంత పరాయి వాళ్ళమై పోయాం.

ఒకరితో కలిసేది లేదు. మాట్లాడేది లేదు. సహాయం అడగాలన్న ఎవరిని అడగాలి? ఊర్లో అయితే ఇరుగు పొరుగు వాళ్ళని అడిగి రెండు మూడు పూటలు గడిపే వాళ్ళం. కాని ఇక్కడ ఎవరిస్తారు'.

'నిజమే రమియా. మనం ఒంటరి వాళ్ళమై పోయాం ఇక్కడ. ఇదే పెద్ద సమస్య. ఊర్లో ఎన్ని ఇక్కట్లు, ఇబ్బందులు ఉన్నా కూడ ఆకలితో చనిపోయే వాల్లెవరిని చూడ లేదు. ఊర్లో అయితే అడగకుండానే ఒకరికొకరు సహాయం చేస్తారు. మనం కూడ ఊర్లో ఉండి ఉంటే ఏదేమైనా కనీసం ఆకలితో మాత్రం చచ్చే వాళ్ళం కాదు'. సుఖ్ఖా కూడ రమియా అన్న మాటలను సమర్థించాడు.

'అలాగైతే ఊరికి వెళ్ళి పోదామా?' రమియా అంది.

'ఊర్లో ఉండే అవకాశం ఉండి ఉంటే ఊరొదిలి ఎందుకొచ్చే వాళ్ళం' గాయపడిన మనస్సుతో అన్నాడు సుఖ్ఖా.

'ఎవరికి తెల్సు. ఇప్పుడు పరిస్థితులు మారాయేమో. బ్రాహ్మణ, ఠాకూర్ల కోపం తగ్గిందేమో' రమియా ఆశగా అంది.

కాని సుఖ్ఖా మనస్సు సందేహంగానే ఉంది. బ్రాహ్మణ, ఠాకూర్ల ప్రవర్తనలో మార్పు వస్తుందని ఆశించడం మూర్ఖత్వమని అతనికి తెలుసు. 'లేదు రమియా, నాకేమాత్రం నమ్మకం లేదు. ఒకవేళ తిరిగి ఊరికి వెళ్ళినా ఎక్కడుంటాం? ఉండడానికి ఇంత గూడు కావాలి కదా?' అన్నాడు రమియాతో.

ఆశను కోల్పోలేదు రమియా. సుఖ్ఖాని ఉత్సాహపరుస్తూ అంది, 'ఏమో, గూడు కూడ దొరుకుతుందేమో. వెళ్లి చూస్తే.'

'రమియా అమాయకురాలు. ఎక్కువ తక్కువ అనే విషయాలు ఆమెకు అంతగా అర్థం కావు. అవి అర్థమై ఉంటే ఇలా ఆలోచించేది కాదు.' సుఖ్ఖా ఆలోచించి రమియా కు అర్థమయ్యేట్లు అన్నాడు, 'కొంచెం ఆలోచించి మాట్లాడు రమియా. ఎవరైతే మనల్ని ఎటూ కాకుండా చేశారో, ఎవరి ఆటవిక అత్యాచారాలతో మనం ఈ పరిస్థితికి గురయ్యామో అలాంటి మానవత హంతకులు కనికరిస్తారని నువ్వు ఆశిస్తున్నావా. వారు కసాయి వాళ్ళు. రక్తంతో తడిసిన చేతులు వారివి. గొంతులు కోసే వాళ్ళే గాని కనికరించే వారు కాదు.'

నిండు చెరువులో పడిపోయినట్లు, కాళ్ళు చేతులు కట్టి వేసినట్లు, ఇక మునిగి పోవడమే మంచిది అనిపించింది రమియాకు. ఆమె ముఖం మీద నిరాశ

ఆవరించింది. 'మరి ఇప్పుడేం చేస్తావ్. మరేదైనా ఉపాయముందా?'

'అవును ...ఒక ఉపాయం కనబడుతుంది.' ఏదో ఆలోచిస్తూ సుఖ్ఖా అన్నాడు.

'ఏంటది?..." ఎగిరి పోతున్న ప్రాణాలు తిరిగొచ్చినట్లు. ఆశగా, ఉత్సాహంగా సుఖ్ఖా వైపు చూసింది.

సుఖ్ఖా సలహా ఇచ్చాడు, 'చందన్ ని పిలిపిస్తే ఎలా ఉంటుంది? బాగానే చదువుకున్నాడు. ఏదో ఒక పని దొరుకుతుంది. ఆకలితో చావడం కంటే అదే మంచిదనిపిస్తుంది రమియా.'

'నిజమే... కాని చందన్ ని పిలిపించడానికి చాలా సమయం పట్టుందేమో. అప్పటిదాకా మనం బతుకుతామో లేదో ఎవరికీ తెలుసు.' అంటూ రమియా సందేహాన్ని వ్యక్తం చేసింది.

'అయితే ఎలా...' సుఖ్ఖా అడిగాడు.

'మనమే చందన్ దగ్గరకు వెళ్ళితే...' రమియా సలహా ఇచ్చింది.

రమియా ఇచ్చిన సలహా సుఖ్ఖాకు కూడ నచ్చింది. కాని చందన్ దగ్గరకు ఎలా వెళ్లేది. చేతిలో చిల్లి గవ్వ లేదు. ఈ విషయాన్నే రమియాకు చెప్పాడు. "నువ్వు అన్నది నిజమే. చందన్ ని చూడాలని నా మనస్సు కూడ తహతహ లాడుతుంది. చాలా రోజులైంది చూసి.

కాని చందన్ దగ్గరకు ఎలా వెళ్ళేది? చేతిలో కనీసం దారి ఖర్చులకైనా ఉండాలి కదా.'

ఎన్ని కష్టాలెదురైనా చందన్ వద్దకు వెళ్లాలని రమియా తహతహలాడుతుంది. 'పట్నానికి ఎన్నో మోటర్ సైకిళ్ళు, బండ్లు వెల్లుతుంటాయి. బతిమాలడుదాం. ఎవరైనా పుణ్య పురుషుడు దొరకకపోతాడా. లేకపోతె నడుచుకుంటూ వెళ్దాం. పడుతూ లేస్తూ మూడు నాలుగు రోజుల్లో చేరుకుంటాం.'

రమియా ఇచ్చిన ఈ ఆచరణయోగ్యమైన సలహాతో సుఖ్ఖాలో ఉత్సాహం పరుగులు తీసింది. 'రమియానే నడిచినప్పుడు నేనెందుకు నడవ లేను. ఆమె కన్నా ఇంకా నేనే గట్టిగా ఉన్నా.' లోలోన ఆలోచించి బయలు దేరడానికి సిద్ధమయ్యాడు. 'పదా మరి తొందరగా తయారు అవ్వు. ఇప్పుడే వెళ్దాం.. ఏమీ దొరకక పోయినా పొద్దుగూకే లోపల సగం దూరం దాటవచ్చు.'

వెంటనే అన్ని పనులు వదిలేసి రమియా బట్టలు సర్దడం మొదలు పెట్టింది. సామానులు సర్దడంలో సుఖ్ఖా కూడ ఆమెకు సహాయం చేస్తున్నాడు. చందన్ వద్దకు వెళ్ళడానికి రమియా సుఖ్ఖాలు సిద్ధమవుతున్న తరుణంలోనే రజనీ వచ్చింది. వాళ్ళు సామానులు సర్దడాన్ని చూసి ఆమె ఏమీ అర్థం చేసుకోలేక పోయింది. స్తబ్ధుగా నిలబడి పోయింది. 'వీళ్ళు సామానులేందుకు సర్దుతున్నారు?...ఇక్కడి నుంచి మరెక్కడికైనా వెళ్లి పోతున్నారా... కాని ఎందుకు? నాన్న గారు, ఇతరులు చేసిన దాడుల కారణంగా వీళ్ళు మాతాపూర్ వదిలి వేయవలసి వచ్చింది, కాని ఇక్కడ? ఎవరి దాడి, ఒత్తిడి మూలంగా ఇక్కడి నుంచి పలాయనం కావలసి వస్తుంది వీరికి?' ఆమెకు ఓ సందేహం కలిగింది. 'నాన్నాగారు గాని, ఇతరులు గాని ఇక్కడ కూడ దౌర్జన్యం చేయడం, చేయించడం గాని జరగ లేదు కదా? ఆ కారణం చేత ఇక్కడి నుంచి కూడ వాళ్ళు వెళ్లి పోవలసి వస్తుందేమో? ... కాని ఇక్కడి నుంచి ఎక్కడికి వెళ్ళగలరు? ఇంకా ఎక్కడెక్కడ ఎన్నేసి ఎదురు దెబ్బలు తింటారో ఏమో.'

అలా నిలబడే ఆలోచిస్తుంది రజనీ. ఈ లోపల రమియా ఆమెను చూసింది. రజనీని చూడగానే మంచం లాగుతూ అంది, 'రజనీ, నువ్వా బిడ్డ... కూర్చో.'

సుఖ్ఖా కూడా ఎక్కడివి అక్కడే వదిలి వేసి రజనీ దగ్గరకు వచ్చాడు.

రజనీ మొదటిసారి రాలేదు వాళ్ళింటికి. చందన్ నుంచి వచ్చిన ఉత్తరాలను చదివి వినిపించడం, చందన్ కు ఉత్తరాలు పంపడం అమే చేసేది. అలా వారం పది రోజులకొకసారి రజినీ రావడం జరుగుతుంది. సుఖ్ఖా రమియాలు ఠాకూర్ పట్ల కోపంతో ఉన్నప్పటికీ వాళ్ళకి రజనీ పట్ల ఎలాంటి ఫిర్యాదు లేదు. రజనీ వాళ్ళని ఎప్పటి లానే గౌరవించేది. సుఖ్ఖా రమియాలు కూడ ఆమె పట్ల అంతే స్నేహాన్ని చూపేవారు.

రజనీ ముందు నుంచే సమానత్వాన్ని, మానవవాదాన్ని సమర్థిస్తూ వస్తుంది. కాని చందన్ నాయకత్వంలో స్వాతంత్ర్యం, సమానత్వం స్థాపించే లక్ష్యంతో ప్రారంభమైన ఉద్యమం ఆమెను క్రియాశీలకంగా మారడానికి ప్రేరేపించింది. ఉద్యమం వ్యాప్తి చెందిన కొలది ఆమె కూడ క్రియాశీలకంగా మారి పోయింది. మొదట మాతాపూర్నే తన కార్య క్షేత్రంగా మార్చుకుంది. ఊర్లోని బడుగు, బలహీనులకు సేవా, నిరక్షరాస్యులకు చదువు నేర్పడం, దళితులలో ఆత్మ విశ్వాసాన్ని, ఆత్మగౌరవాన్ని నింపే కార్యక్రమాలలో పాల్గొనేది. కాని నెమ్మది

నెమ్మదిగా తానూ పని చేసే ప్రాంతాల సంఖ్యను పెంచుకుంటూ వెళ్ళింది. మాతాపూర్ తో పాటు మిగతా గ్రామాలలో, పట్టణాలలో తనకు సాధ్యమైనంత వరకు పని చేయడం ప్రారంభించింది.

వాస్తవానికి సమతా ఉద్యమంలో రజనీ క్రియాశీలకంగా పనిచేయడాన్ని ఠాకూర్ సాహెబు వ్యతిరేకించారు. కాని రజనీ కూడ తన పట్టుదలని వదల లేదు. ఠాకూర్ సాహెబు ఎంత ఎక్కువ ఆమెను అడ్డుకునే ప్రయత్నం చేస్తే అంతే ఎక్కువగా ఆమె క్రియాశీలకంగా పనిచేసేది. కొద్ది రోజుల్లోనే ఆమె సంస్థలో ఒక ముఖ్య కార్యకర్తగా ఎదిగి పోయింది. చందన్ ని కూడ ఎక్కువ సార్లు కలవడం జరిగేది.

కొద్ది సేపు మౌనంగా కూర్చుంది రజనీ. కాని ఎక్కువ సేపు ఆపుకోలేక పోయింది. 'బాబా, సామానులు ఎందుకు సర్దుతున్నారు?' సుఖ్ఖాని అడిగింది.

రజనీకి నిజం చెప్పాలా వద్దా అని సుఖ్ఖా ఒక క్షణం ఆలోచించాడు. మళ్ళీ ఆలోచించాడు. రజనీకి తెలియకుండ ఏముంది. అన్ని విషయాలు ఆమెకు తెలుసు. నెల, పదిహేను రోజులకొకసారి చందన్ నుంచి ఉత్తరం వచ్చినా లేదా చందన్ కు ఉత్తరం పంపాలన్నా రజనీయే కదా రాసేది చదివేది. అయినా మా అసహాయ స్థితి ఆమెకు తెలిసిందే. ఊరు నుంచి ఇక్కడి దాకా కష్టాలు, ఇబ్బందులు ఎదురైనప్పుడల్లా మాకు సహాయం చేసింది రజనీయే కదా. అలాంటప్పుడు నిజం చెప్పడానికి ఎందుకు సంకోచం. 'ఇప్పుడు ఇక్కడి నుండి వెళ్లి పోతున్నాం బిడ్డ'. సుఖ్ఖా నిజం చెప్పేశాడు.

'కాని ఎందుకు?...దాడులు, దౌర్జన్యాల మూలంగా మాతాపూర్ ని వదిలి వేయ వలసి వచ్చింది, కాని ఇక్కడి నుంచి ఎందుకు వెళ్ళుతున్నారు.' రజనీ అడిగింది.

'ఏం చెప్పేది బిడ్డ. ఈ పేదోళ్ళకు ఏదో ఒక కష్టముంటే చెప్పొచ్చు. పేదరికంలో పుడతాం. బతుకంతా పేదరికంలోనే బతుకుతాం. పేదవాళ్లుగానే చస్తాం.' సుఖ్ఖా తన బాధను వ్యక్తం చేశాడు.

అంత నిరాశ చెందవలసిన అవసరం లేదు. చందన్ ఒక గొప్ప లక్ష్యం కోసం పని చేసున్నాడు. మీరు ధైర్యంగా ఉండాలి. అలా మనస్సులో అనుకుంటూ సుఖ్ఖాతో అంది, 'నేనొప్పుకుంటాను బాబా. మీ జీవితం పేదరికం నిండి ఉంది.

కాని దానిని మీరు జీవితమంతా భరిస్తూ వచ్చారు.'

సుఖ్ఖా బహుశ ధైర్యం కోల్పోయినట్లున్నాడు. అస్త్రాన్ని వదిలేస్తు అన్నాడు, 'కాలం దెబ్బలకు శిథిలమై పోయాం. కాని మేము ధైర్యం కోల్పోలేదు. పోరాడుతూనే ఉన్నాం. ఇక ధైర్యం లేదు బిడ్డ. పూర్తిగా నలిగి పోయాం.'

అయితే రజనీ వాళ్లకు ధైర్యం చెప్పింది, 'నలిగిన తరువాత నిలబడడమే జీవితం. మీరు ధైర్యం కోల్పోవద్దు బాబా. మిమ్మల్ని మీరు నిలబెట్టుకునే ప్రయత్నం చేయండి. మీలాంటి ధైర్యవంతులు సాహసాన్ని కోల్పోవద్దు.'

'నువ్వు నిజమే చెప్పుతున్నావ్ బిడ్డ. కాని అలసి సొలసి పోయిన బతుకులో సాహసం ఎట్టా కూడ గట్టేది? శిథిలమైన శరీరాలలోకి శక్తిని ఎలా నింపుకోవాలి? మూడు రోజులైంది పొయ్యి ముట్టించి, ఇతర కష్టాలను ఓర్చుకో వచ్చు. కాని ఆకలి మంట నుంచి ఎలా తప్పించుకోగలం' దేన్నైతే చెప్పకూడదనుకున్నాడో సుఖ్ఖా దాన్ని రజనీకి చెప్పేశాడు.

'బాబా...' విస్మయంగా చూసింది రజనీ. ఆమె మనస్సు చలించి పోయింది. 'మీరు ఇంత కష్టంలో ఉన్నారు. అయినా నాకు చెప్ప లేదు. చందన్ దూరంగా ఉన్నాడు. కాని నేను మీకు దగ్గరలోనే ఉన్నాను కదా. మాతాపూర్ నుంచి మనుషులు ఇక్కడికి వస్తు పోతుంటారు. ఎవరితోనైనా ఒక మాట చెప్పి పంపాల్సింది. నామీద మీకు నమ్మకం లేదా?' రజనీ అడిగింది.

'లేదు బిడ్డ, అలా కాదు. నీ మీద మాకు పూర్తిగా నమ్మకం ఉంది. ఎన్ని చేయలేదు నీవు మాకోసం. మా పోరాటంలో నీ సహకారం ఎంతో ఉంది, కాని ఠాకూర్ సాహేబు ...'సుఖ్ఖా తన సందేహాన్ని వ్యక్తం చేయాలనుకున్నాడు.

అయితే ఠాకూర్ సాహేబు ప్రస్తావన రాగానే సుఖ్ఖా మాట్లాడుతుండగా మధ్యలోనే ఆపి రజనీ అంది, 'నేనొప్పుకుంటాను బాబా, నాన్న గారు మీ మీద చాలా దౌర్జన్యం చేశారు. అందువలనే మీరు ఇల్లొదిలి ఇలా ఊర్లు పట్టుకుని తిరగవలసి వచ్చింది. ఈరోజు ఈ పరిస్థితి ఏర్పడడానికి కారణం అయిన మా నాన్న ప్రవర్తనతో నేను చాలా సిగ్గు పడ్తున్నాను . బాధ పడ్తున్నాను. నాన్న పట్ల మీకు ద్వేషం, కోపం ఉండడం సహజమే. నేను దానిని తప్పుగా భావించడం లేదు. కాని అందులో నా నేరమేముంది? వాళ్ళు చేసిన ఆకృత్యాలకు బదులుగా నన్నెందుకు మీరు దండించాలని అనుకుంటున్నారు?'

తన మాటలతో రజనీ బాధ పడ్తుందని సుఖ్ఖాకు అనిపించింది. అతని ఉద్దేశ్యం ఏమాత్రం అది కాదు. రజనీని వాళ్ళు సొంత బిడ్డ లాగే చూసుకుంటారు. దండించడమా? అది కూడ రజనీని దండించడమా? కలలో కూడ ఎప్పుడు ఊహించలేదు. వెంటనే అన్నాడు, 'ఏమంటున్నావు బిడ్డ. నువ్వు ఠాకూర్ సాహేబుకు కూతురువేలాగో అట్లాగే మాకు కూడా. ఠాకూర్ సాహేబు గారి పట్ల మాకు కోపమున్నమాట వాస్తవమే. కాని నీ పట్ల ఎలాంటి ఫిర్యాదు లేదు. ఠాకూర్ సాహేబు గారు చేసిన పొరపాట్లకు శిక్ష ఆయనకు పడాలని కోరుకుంటాంగాని ఆయన చేసిన తప్పులకు శిక్ష నీకు పడాలని మేమెప్పటికీ కోరుకొం. అలా నువ్వెప్పుడు ఆలోచించకు తల్లి. నీ కోసం సంతోషంగా మా ప్రాణాలైనా ఇస్తామమ్మా. దయా, కరుణలకు ప్రతి రూపమమ్మా నువ్వు. మా మీద పిడుగులు పడ్డ కూడ నీకు శుభమే కలగాలని కోరుకుంటామమ్మా. చందన్ కంటే నువ్వేమీ తక్కువ కాదమ్మా మాకు.'

సుఖ్ఖా రమియాలు తనని బాగా గౌరవిస్తారని రజనీకి కూడ తెలుసు. తరచూ కలుస్తుండడంతో వారి మధ్య ఎంతగా ప్రేమానురాగాలు ఏర్పడ్డాయంటే చందన్ మాదిరిగానే తాను కూడ వారిని తల్లిదండ్రులతో సమానంగ భావించడం మొదలు పెట్టింది. ఈ మాటనే తన మనస్సులో ఉంచుకుని పూర్తి విశ్వాసంతో అన్నది, 'అయితే మీరు నా మాట వినండి. చందన్ దగ్గరకు వెళ్ళాలనే ఆలోచనను మానుకోండి. దళితులను చదివించే కార్యక్రమంలో చందన్ నిమగ్నమయ్యాడు. వారికి సమానత్వం, సమ న్యాయం లభించాలని పోరాడుతున్నాడు. గ్రామాలలో, పట్టణాలలో సమానత్వం కోసం సాగుతున్న ఉద్యమాన్ని రగిల్చింది అతనే. అతనే దానికి నాయకత్వం కూడ వహిస్తున్నాడు. నిద్ర పోయిన సమాజాన్ని మేల్కొల్పడం కోసం, సమానమైన గుర్తింపు పొందడం కోసం ప్రేరణ, ప్రోత్సాహం ఇవ్వడం కోసం ఈ ఉద్యమం కొరకు ఎక్కువ సమయాన్ని కేటాయిస్తున్నాడు. ఈరోజు చందన్ సామాజిక విప్లవానికి ఒక ప్రతీకగా నిలిచాడు. అతను ఒక పిలుపిస్తే ప్రాణాలు సైతం అర్పించడానికి ప్రజలు సిద్ధంగా ఉన్నారు. సమాజంలో ఏదైతే మార్పు కనబడుతుందో దానికి మూల కారణం చందన్. సమాజంలో ఉన్న అన్యాయాన్ని, అసమానతలను రూపు మాపి, అవర్ణులు – సవర్ణులు, స్పృశ్యులు – అస్పృశ్యులు, ధనవంతులు – దరిద్రులు మరియు యజమానులు – కార్మికులు అనే భేదాలను విడనాడి సమాజంలో సంతోషం, సోదర భావం ఏర్పాటు చేయడం కోసం చందన్ పని చేస్తున్నాడు. మీరు అక్కడికి

వెళ్ళితే వాటన్నటినీ మరచి పోయి మీ మీద దృష్టి పెడతాడు. అది ఉద్యమం మీద ప్రభావం చూపుతుందని నేననుకుంటున్నాను.'

'అదంతా బాగానే ఉంది, బిడ్డ. కాని...' సుఖ్గా ఏదో చెప్పబోయాడు.

సుఖ్గా ఏం చెప్పాలనుకున్నాడో రజనీకి అర్థమైంది. ఆమె సుఖ్గానే అడిగింది, 'చందన్ ఎక్కడో ఏదో ఉద్యోగం చేస్తూ మిమ్ముల్ని చూసుకుంటూ ఒక సామాన్యుడి లాగా జీవితం గడపాలనుకుంటున్నారా బాబా? లేదా చందన్ చదువుకున్న చదువు సమాజానికి ఉపయోగపడాలని, చాలా మంది చందన్ లు తయారు కావాలని కోరుకోవడం లేదా?'

తన కొడుకు గొప్ప పని చేస్తున్నాడని తెలుసుకొని లోలోన సంతోషించాడు. ఎంతో గర్వ పడ్డాడు. కొన్ని సంవత్సరాల క్రితం రమియాతో తాను అన్న మాటలు గుర్తొచ్చాయి, ' చూడు, రమియా ఏదో ఒక రోజు చందన్ పెద్దోడై మన పేరు నిలబెడతాడు.' అన్న మాట ఇప్పుడు నిజమవుతుంది. 'ఇప్పటి వరకు చందన్ మా బిడ్డ. ఇక ఇప్పటి నుంచి చందన్ యొక్క అమ్మ నాన్నలగా మమ్ముల్ని గుర్తిస్తారు. గౌరవిస్తారు.' . సుఖ్గా ఆలోచించాడు. ఆలోచించి రజనీతో అన్నాడు, 'తమ కోసం ఎవరైనా చేస్తారు. ఇతరుల కోసం పని చేయడమే మానవత్వం యొక్క లక్షణం. చందన్ చదివిన చదువు సమాజానికి పనికొస్తుందంటే అంతకు మించిన సంతోషం ఇంకేం కావాలి.'

సుఖ్గా నుంచి ఆమె కోరుకున్నది కూడ అదే. సుఖ్గా నోట్లో నుంచి ఆ మాటలు రాగానే ఆమెకు అమితానందం కలిగింది. ఆమె సుఖ్గాతో అంది, 'అలాంటప్పుడు సమాజ హితం కోసం మీరు చందన్ ని త్యాగం చేయాలి. మీ ఈ త్యాగం సమాజానికి చాలా అవసరం.'

చందన్ యొక్క కీర్తి ప్రతిష్టలతో సుఖ్గా ఆశ్చర్యంతో పులకరించి పోయి వెంటనే అన్నాడు, 'అందుకు ఎలాంటి ప్రతిఫలం మాకొద్దు. మా హితం కంటే సమాజ హితం గొప్పది. మా హితం కోసం సమాజ హితాన్ని ఉపేక్షించలేం... చందన్ చదువుకుని పెద్ద హోదా సంపాదించాలని, సుఖ సంతోషాలతో బ్రతకాలని దాంతో పాటు మాకు ఆసరా కావాలని ముందు అనుకునే వాళ్ళం. అయితే సమాజానికి అతని అవసరం ఉంటే, అతను సమాజ అవసరాలను తీరుస్తున్నాడంటే, ఆ పనిలో ఆటంకం కలిగించే అధికారం మాకు లేదమ్మా.. అమ్మా రజనీ, మేమంటే చదువులేని మూర్ఖులం. ఒకవేళ అతను చదువుకుని

మనిషి అయ్యాడంటే, మానవ సమాజానికి పనికొస్తున్నాడంటే అంతకన్న గొప్ప విషయం మరేముంటుంది. మానవత్వాన్ని మించిన హోదా మరొకటి లేదు. మానవత్వం కోసం పని చేయడం కంటే మించిన ధర్మం లేదు. ముసలితనంలో పూట గడవని స్థితిలో అసహాయంగా ఉన్న మాకు ఎలాంటి అధికారం లేదు. మా ఆశలకు ప్రతిరూపం, జీవిత ఆధారం అన్నీ కూడ చందనే. ఒకవేళ సమాజానికి అవసరమనుంటే ఇప్పటి నుంచి చందన్ ని సమాజం కోసం వదిలేస్తాను.' భార్య వైపు చూస్తూ 'ఏం రమియా, నువ్వేమంటావ్?' అన్నాడు.

'నిన్ను కాదని నేను ముందుకేల్తానా ఏంటి. నీ మాటే నా మాట' అంటూ రమియా కూడ సుఖ్ఖా తీసుకున్న నిర్ణయాన్ని సమర్థించింది.

సుఖ్ఖా రమియాలు తీసుకున్న నిర్ణయం ఆమెకు బాగా నచ్చింది. 'ఇక ఈరోజు నుంచి మీ బాధ్యత నాది. నా వెంట పదండి. నేనుండగ మీకెలాంటి ఇబ్బంది ఉండదు.' అని రజినీ వాళ్ళతో అంది.

'ఎక్కడి తీసుకెళ్తావు తల్లీ మమ్ముల్ని?' సుఖ్ఖా అడిగాడు.

'ఇంకెక్కడికి? మాతాపూర్' వెంటనే బదులిచ్చింది.

'కాని...' ఏదో అనబోయాడు సుఖ్ఖా. కాని మధ్యలోనే రజనీ ఆపేసింది. 'మీరు వెళ్లి చూడండి బాబా. మునుపటి లాగా లేదు మన మాతాపూర్. ప్రజలు గౌరవంగా ఆత్మ విశ్వాసంతో బ్రతుకుతున్నారు. ప్రజలలో ఒక నూతన చైతన్యం వచ్చింది. పాత సంప్రదాయాలు కనుమరుగవుతున్నాయి. మాతాపూర్ లో అన్యాయం, దోపిడీ సంస్కృతి స్థానంలో సమత, సమన్యాయంల సంస్కృతి ఆవిర్భవిస్తుంది.'

సుఖ్ఖా తిరిగి మాట్లాడే లోపలే రమియా అంది, 'నేను కూడ అదే విన్నాను. ఊళ్ళో పరిస్థితులు మారుతున్నాయని మాతాపూర్ నుంచి అంగడికి వచ్చే వారు అంటుంటే విన్నాను. పండిత పురోహితులను ఎవరు పట్టించుకోవట్లేదు. వారి కాళ్ళ మీద ఎవరూ పడట్లేదు. ఠాకూర్, జమీందార్లంటే ఇప్పుడు ఎవరికీ భయం లేదు. ఇప్పుడు అత్యాచారాలు, దౌర్జన్యాలు కూడ ఎవరి మీద జరగడం లేదు.'

ఇది విని సుఖ్ఖా ఆశ్చర్య పోయాడు. సంతోషంతో రజనీని అడిగాడు, 'ఏం బిడ్డ, ఇదంతా నిజమేనా?'

'ఔను బాబా, నిజమే. మెల్ల కన్ను పండితుడు, దుర్గాదాస్ ఊరొదిలి వెళ్లి

పోయారు.' రజనీ బదులిచ్చింది.

'మరి ఠాకూర్ సాహేబు?'సుఖ్ఖా అతని గురించి కూడ తెలుసుకుందామనుకున్నాడు.

రజనీ వివరించింది, 'వారి ప్రవర్తనలో మార్పు వచ్చింది. మునుపటిలా లేరిప్పుడు. మారుతున్న వాతావరణానికి అనుసరించి పూర్తిగానైతే మారలేదు. కాని పరిస్థితులకు అలవాటు మాత్రం పడుతున్నారు. అణిచివేత, దోపిడీ సామ్రాజ్యం అయితే అంతం అయ్యింది. ప్రజలందరు పరస్పరం సుఖశాంతులతో ఉంటున్నారు.'

రజనీ మాటల మీద సుఖ్ఖాకి నమ్మకం కుదరలేదు. అదెలా సాధ్యం? నిజంగా అలా జరిగి ఉంటే ఖచ్చితంగా అదొక చమత్కారమే. అతను ఉత్సాహంగా అడిగాడు, 'నా ఇల్లు...నా గూడు... ఏమైంది...?'

'మీ ఇల్లు ఖాళీగా పడి ఉంది బాబా. దానిని ఎవరు కబ్జా చేయలేదు. దుర్గాదాసే ఊరొదిలి వెళ్లి పోయాడు. ఇంకెవరు కబ్జా చేయగలరు? ఆ ఇల్లు మీది. అందులో ఇక మీరు ఆనందంగా ఉండవచ్చు.' రజనీ చెప్పింది.

'మరి పొలమో?' సుఖ్ఖాలో ఉత్సాహం పెరిగింది.

'ఈ రోజు దాని గురించే మీకు చెప్పుదామని వచ్చాను.' రజనీ అంది.

'ఏం చెప్దామని వచ్చావమ్మా? చెప్పు.' సుఖ్ఖా తెలుసుకోవాలని తపన పడుతున్నాడు.

రజనీ అంది, 'పొలం మీద కూడ మీ హక్కు మీకు తిరిగి లభించింది.'

అది విన్న సుఖ్ఖాకి ఆశ్చర్యమేసింది. 'కాని ఎలా...నేనైతే పొలం మీద హక్కు కోల్పోయాను.'

'పన్ను కట్టనందుకు కదా ... మీరు హక్కు కోల్పోయారు?' రజనీ అడిగింది.

'అవును' సుఖ్ఖా జవాబిచ్చాడు. రజనీ ఇంకా ఏం చెప్పుతుందో అని ఆమె వైపే చూస్తున్నాడు. 'మీరు కట్టాల్సిన పన్నుని నేను కట్టేశాను. ఇక మీరేమి కట్టవలసిన అవసరం లేదు.' రజనీ వివరించింది.

'ఏంటి...' విస్మయం, కృతజ్ఞతా భావంతో ఒక నిముషం రజనీని చూస్తూ ఉండి పోయాడు సుఖ్ఖా. తేరుకుని అన్నాడు, 'ఇంత చేసి కూడ ఈ రోజు వరకు

ఏమీ చెప్ప లేదు. ధన్యురాలివమ్మా. చల్లగా బతుకు. నువ్వు చేసిన ఈ ఉపకారం జన్మలో మరచి పోలేం.' రజనీ యొక్క దయాగుణం, మంచితనం ముందు సుఖ్ఖా శిరస్సు వంచాడు.

ఆమె కాళ్ళ మీద పడాలనుకున్నాడు. కొంచెం ముందుకు వంగే ప్రయత్నం చేశాడు. మధ్యలోనే రజనీ నిలువరిస్తూ అంది, 'ఇదేమిటి బాబా. ఇందులో ఉపకారమేముంది. ఇది నా కర్తవ్యం. నా కర్తవ్యాన్నే నేను నేరవేర్చాను. మీ మీద జరిగిన దౌర్జన్యాల ముందు, మీరు భరించిన అవమానాల ముందు ఇదెంత. మా పూర్వీకులు చేసిన ఆకృత్యాల మూలంగ నా మస్తిష్కంలో ఏర్పడిన కలంకాన్ని కడిగెందుకు మీకు నా సర్వస్వం అర్పించినా బహుశ తక్కువ పడుతుందేమో. అందుకే మీ కోసం నేను ఏం చేసినా అది ఉపకారం కాదు. మా పూర్వీకులు చేసిన అన్యాయానికి ప్రాయశ్చిత్తం.'

జీవితాంతం అవమానాలు, ఎవగింపులు, బాధలు భరించినప్పటికీ సుఖ్ఖా హృదయంలో ఎలాంటి ద్వేషభావం లేదు. అతన్నాడు, ' అలా ఆలోచించకు తల్లీ. మా మనస్సులలో అలాంటి ఆలోచనేమి లేదు. ప్రజలు కటుత్వాన్ని , కఠోరత్వాన్ని వదిలి వేసి ప్రేమ, సద్భావనలతో గౌరవంగా ఉంటూ ఇతరులను గౌరవించాలనేదే మా కోరిక. '

సుఖ్ఖా ఆలోచన రజనీకి చాలా సముచితంగా తోచింది. నిజమే ప్రేమ, సద్భావనలను మించి మరోకటి లేదు. ఆమె సుఖ్ఖాకు భరోసా ఇచ్చింది, 'మీరు వెళ్లి చూడండి బాబా. నేడు మాతాపూర్ లో అలాంటి పరిస్తితియే ఉంది.'

రజనీ చెప్పే మాటలను సుఖ్ఖా పూర్తిగా నమ్మాడు.. అతను మాతాపూర్ వెళ్ళడానికి సిద్ధమయ్యాడు. 'ఒకవేళ అదే నిజమైతే తప్పకుండ మాతాపూర్ వెళ్దాం బిడ్డ. మన వాళ్ళ మధ్య వెళ్లి ఉండడం ఎంత సంతోషంగా ఉంటుదో.'

సామాన్లు సర్దుకుని అదే రోజు రజనీతో పాటు సుఖ్ఖా రమియాలు మాతాపూర్ కు తిరిగొచ్చారు.

16

చందన్ ఇంటికెళ్ళి చాలా రోజులైంది. గత కొన్ని రోజులనుంచి ఇంటికెళ్ళి తల్లిదండ్రులను కలవాలని ఆరాట పడుతున్నాడు. అయితే సామాజిక కార్యక్రమాలలో ఎక్కువగా పాల్గొనడం మూలంగా ఊరికి వెళ్ళడానికి కూడ సమయం కేటాయించలేక పోయాడు. ఊరికి వెళ్లాలని అనుకున్నడల్లా ఏదో ముఖ్యమైన పని వచ్చి పడేది. దానితో ఊరికి వెళ్ళకుండ ఉండి పోయే వాడు. కాని అమ్మా నాన్నలు గుర్తొచ్చినప్పుడల్లా అతను ఎంతో బాధపడే వాడు. 'నేనైతే ఇక్కడ సంతోషంగా ఉన్నాను. అక్కడ అమ్మ,నాన్నలు ఎలా ఉన్నారో. ఎన్ని రోజులైంది వాళ్ళను కలిసి ' అని ఆలోచించే వాడు. 'ఊరికి వెళ్ళితే కనీసం మూడు నాలుగు రోజులు ఉండ వలసి వస్తుంది. అయితే ఇక్కడ ఎప్పుడు ఏమవుతుందో తెలియదు. సమానత్వం, న్యాయం సాధించడం కోసం తయారైన ప్రజలు ఏమైనా చేయడానికి సిద్ధ పడతారు. నియంత్రణలో ఉండమని, హింసకు పాల్పడ వద్దని, అహింసా పద్ధతులలోనే ఉద్యమాన్ని ముందుకు తీసుకు వెళ్లాలని ఎంతగా అర్థమయ్యేట్లు చెప్పినప్పటికి చాలా మంది ఉత్సాహంలో పడి సంయమనం కోల్పోయి హింసకు పాల్పడుతున్నారు. ప్రతి రోజు హింసతో కూడిన సంఘటనలు జరుగుతూనే ఉంటాయి. మా లక్ష్యం సమానత్వం.

సమాజంలో ఉండే ప్రజలందరు అన్ని రంగాలలో సమానంగా ఉండాలి. ఈ లక్ష్యాన్ని సాధించడం కోసం శాంతియుతంగా అహింసా పద్ధతులలో పోరాటం చేయాలి. పోలీసులు, అధికారులతో పెట్టుకోవద్దు. క్రిమిలేయర్' వాళ్ళు మా పట్ల కోపంగా ఉన్నారు. వాళ్ళు మన ఉద్యమాన్ని నీరు గారుస్తారు. అయితే హింసాత్మక సంఘటనలు జరిగితే పోలీసులు, అధికారులు కూడ మనకు వ్యతిరేకంగా పని చేస్తారు. ఉద్యమాన్ని విజయవంతంగా ముందుకు తీసుకెళ్లడం కష్టమవుతుంది. అందువలనే ఊరికెల్లిన మూడు నాలుగు రోజులలోనే ఏదైనా పెద్ద సంఘటన జరగవచ్చు.' ఇదంతా ఆలోచిస్తూ ఇంటికి వెళ్ళాలా వద్దా అనే మీమాంసలో పడిపోయాడు చందన్ చాలా రోజుల వరకు. కాని సమాజంతో పాటు తల్లిదండ్రుల బాధ్యత కూడ తన మీద ఉందని కుడా అతను ఆలోచించాడు. వారికి కూడు- గుడ్డ, సుఖ-సంతోషాలు ఇవ్వలేక పోయినా కనీసం ఒకట్రెండు రోజులు వెళ్లి వారి యోగ క్షేమాలు అడగవచ్చు. అందులో వారికి సంతోషం కలగడంతో పాటు తాను కూడ మనసు తేలిక చేసుకుని సమాజ బాధ్యతలు మరింత బాగా నిర్వర్తించవచ్చు. చివరకు ఇంటికి వెళ్లాలని నిశ్చయించుకున్నాడు.

తాను ఇంటికి వెళ్ళే విషయాన్ని హరియాకు చెప్పాడు. హరియా కూడ అన్నాడు, 'వెళ్ళు బిడ్డ. తప్పకుండ వెళ్ళు. పని ఎప్పుడూ ఉండేదే. ఇల్లు కుటుంబాన్ని కూడ చూసు కోవాలి.'

'అమ్మ నాన్నల దగ్గర ఉండి వారిని సుఖంగా చూసుకోవాలని, వారికి విశ్రాంతి ఇవ్వాలని మనసైతే కోరుకుంటుంది బాబా. కాని అన్నీ ఎలా చేసేది? ఎటూ తేల్చుకో లేక పోతున్నా. ఎలాగొలా సమాజంలో హక్కుల పట్ల, ఎదుగుదల పట్ల చైతన్యం వచ్చింది. నేనేమాత్రం అశ్రద్ధగా ఉన్నా అంతా బూడిదలో పోసిన పన్నీరు అవుతుందేమో. వారిని చూసి వెంటనే తిరిగొద్దామని అనుకున్నా అది సాధ్య పడడంలేదు.' చందన్ తన అశక్తతను తెలియజేశాడు.

'చందన్! నీ అవసరం అటు నీ తల్లిదండ్రులకు ఉంది. ఇటు సమాజానికీ ఉంది. ఇరువురు నీ నుంచి ఆశిస్తారు. ఇరువురు నీ వైపు చూస్తారు. ఇరువురిలో ఏ ఒక్కరినీ కూడ ఉపేక్షించడం సమంజసం కాదు. అందుకే నా మాట విని ఒక పని చెయ్.' హరియా అర్థమయ్యేట్లు చెప్పాడు.

'ఏమిటది?...' అడుగుతూ హరియా వైపు చూశాడు.

హరియా సలహా ఇచ్చాడు, 'నీ తల్లిదండ్రులను ఇక్కడికి తీసుకురా. ఈ వయస్సులో వారికి నీ అవసరం చాలా ఉంది. వాళ్ళతో నువ్వు లేకపోవడంతో అక్కడ వాళ్ళు ఒంటరి వాళ్ళమని అనుకుంటున్నారేమో. ఇక్కడ నీతో పాటు ఉంటే వాళ్లకు కూడ తృప్తి ఉంటుంది. నీ పనిలో కూడ ఎలాంటి ఆటంకాలు ఏర్పడవు.'

చందన్ కు కూడ హరియా ఇచ్చిన సలహా నచ్చింది. అతనన్నాడు, 'మీరు సరిగ్గా చెప్పారు బాబా. అలా చేయడమే మంచిది. నేను ఈ రోజే ఊరికి వెళ్లి అమ్మానాన్నలను తీసుకొస్తాను.' అదే రోజు చందన్ ఊరికి వెళ్లి పోయాడు.

మాతాపూర్ చేరుకున్నాక అక్కడి వాతావరణాన్ని చూసి చందన్ ఆశ్చర్యపోయాడు. ఇది తాను వదిలి వెళ్లి పోయిన మాతాపూర్ గ్రామమేనా అని నమ్మలేక పోయాడు. కొన్ని సంవత్సరాల క్రితం ఏ గ్రామంలోనైతే ఠాకూర్-జమీందారులు, బనియా-బ్రాహ్మణుల ముందు మంచం మీద కూర్చోవడానికి మాదిగలు సాహసించే వారు కాదో వాళ్ళే ఈ రోజు వయస్సును బట్టి గౌరవిస్తూ కాలు మీద కాలు వేసుకుని కూర్చున్నారు. ఎక్కడైతే ఒకప్పుడు అంటరానితనాన్ని ధార్మిక ఆజ్ఞగా భావించబడేదో ఈ రోజు అక్కడే అన్నీ కులాల వారు ఎలాంటి వివక్ష లేకుండ కలిసి మెలిసి కూర్చుని తింటున్నారు, తాగుతున్నారు. ఏ మాతాపూర్ లో నైతే పెళ్ళికొడుకు గుర్రం మీద ఎక్కడం గాని, బ్యాండ్ బాజాతో బయలుదేరడం గాని చేయలేదో ఆ మాతాపూర్ లోనే మాదిగలు, మహత్తర్లు మొదలు అన్నీ కులాల వాళ్ళు పెద్ద ఎత్తున ఊరేగింపులు తీస్తున్నారు. ఏ మాతాపూర్ లో నైతే కొద్ది సంవత్సారాల క్రితం వరకు దళితులు, కార్మికులు, ఠాకూర్లు జమీందార్ల ముందు గజగజ వణికే వారో, భయపడుతూ ఎల్లప్పుడూ అనిగిమనిగి ఉండే వారో, వాళ్ళే ఈ రోజు నిర్భయంగా తలెత్తుకుని నడుస్తున్నారు. ఇదంతా చూసి చందన్ పొంగి పోయాడు.

అతను ఇంటికి చేరుకున్న సమయానికి రమియా అంట్లు తోముతుంది. ఆ ప్రక్కనే సుఖ్ఖా మంచం మీద కూర్చుండి చుట్ట తాగుతున్నాడు. చందన్ ని చూడగానే తోముతున్నా అంట్లను అక్కడే వదిలేసి వెంటనే చందన్ ని హత్తుకుంది రమియా. సంతోషంతో కళ్ళలో నీళ్ళు తిరిగాయి. చందన్ తల నిమురుతు, ముద్దాడుతు, గుండెలకు హత్తుకుంటు, అంతరంగంలో ప్రవహించిన మమతతో తడిసి ముద్దై రమియా దాదాపు పిచ్చిదై పోయింది. ఎందుకు కాదు. ఎవరి సుఖం

కోసమైతే జీవితాంతం అనేక అవమానాలు, కష్టాలు భరించిందో, కడుపులో పుట్టిన బిడ్డను చలి నుంచి కాపాడడం కోసం ఎన్ని రాత్రుళ్ళు చలిలో వణుకుతూ గడిపిందో, ఎవరి గురించైతే నిత్యం కలలు కందో, ఎవరినైతే తన జీవితానికి ఆలంబనగా భావించిందో, తన ఏకైక సంతానమైన ఆ చందన్ ఎన్నో రోజుల తర్వాత తన ఎదుట నిలబడితే పిచ్చిది కాక మరేమవుతుంది.

మనస్సులో ఉప్పొంగిన వాత్సల్యంతో వచ్చిన దుఃఖాన్ని సుఖ్ఖా కూడా ఆపుకోలేక పోయాడు. అతని కళ్ళు కూడ చెమ్మగిల్లాయి. కన్నీళ్లను తన కుర్తాతో తుడుచుకుంటూ రమియాతో ఇలా అన్నాడు, 'పిచ్చిదానా, తినడానికి వంటేమైనా చేస్తావా లేక ఇలాగే ఏడుస్తూ ఉంటావా? ఎన్నాళ్ళకి బిడ్డ మొహం చూశాం. కొంచెం మంచిది వండి పెట్టు. కాళ్ళు చేతులు కడుక్కోవడానికి నీళ్లివ్వు. ముందు నోరు తీపి చెయ్యి.'

'అన్నీ ఇప్పుడే చేస్తాను. నీవెక్కడి నుంచైనా పాలు తీసుకురా. పాయసం కోసం నీళ్ళు వేడి చేస్తాను'. అని రమియా పనిలో మునిగి పోయింది.

కొద్ది సేపట్లోనే ఊర్లోని అమ్మలక్కలు, పిల్లలు, పెద్దలతో సుఖ్ఖా ఇల్లంతా నిండి పోయింది. పూర్తిగా పండుగ వాతావరణం నెలకొంది. చందన్ అందరికి ఒక వింత జీవిగా కనబడుతున్నాడు. ప్రతి ఒక్కరు అతనితో మాట్లాడడానికి, అతనిని తాకడానికి, అతని దగ్గర కూర్చోవడానికి ఉత్సాహ పడుతున్నారు.

చాలా రోజుల తరువాత తల్లి చేతులతో వండిన భోజనం తినడానికి దొరికింది చందన్ కు. ఆకలిగొన్న పులిలా అన్నం మీద విరుచుకు పడ్డాడు. రమియా వడ్డిస్తూ పోతుంది. ఎన్నో రోజుల నుంచి పస్తులున్నట్లు, ఆ ఆకలినంతా ఈ రోజే తీర్చుకోవాలన్నట్లు అతను తింటూ పోతున్నాడు.

చందన్ వచ్చినట్లు ఎవరెవరికైతే తెలిసిందో వాళ్ళంతా వచ్చి చందన్ యొక్క మంచి చెడులు అరుసుకుంటున్నారు. దినమంతా వారితోనే గడిపాడు. రాత్రి చాలా సేపటి వరకు కూడ జనాలు వస్తు పోతున్నారు. రాత్రి కొంచెం సమయం, ఏకాంతం దొరకగానే సుఖ్ఖా రమియాలతో అన్నాడు, 'మిమ్మల్ని నా వెంట తీసుకు పోదామని వచ్చాను.'

'కాని ఎందుకు? మేము ఇక్కడ ఉంటే ఇబ్బందేమిటి?' సుఖ్ఖా అన్నాడు.

'మీరు అలాగే అంటారు నాన్న. బహుశా మీకు ఇక్కడ ఎలాంటి ఇబ్బంది

లేదేమో. కాని మీరు నాకోసం జీవితాంతం ఎన్ని కష్టాలు, ఎన్ని ఆవహేళనలు భరించారు. కొన్ని సంవత్సరాలలోనే మీ ఇద్దరిలో ఎంత మార్పు వచ్చింది. మీరైతే బ్రతికున్న అస్థిపంజరంలా కనబడుతున్నారు. మరి అమ్మ... ఆమె కూడ ఏమంత బాగుందని. కాలం దెబ్బకు ఆమె కూడ పూర్తిగా చిక్కి పోయింది. అందరూ తల్లిదండ్రుల లాగానే నా నుంచి మీరు కూడ కొన్ని ఆశించి ఉండవచ్చు. కాని మీ ఆశలను నేను నేరవేర్చలేక పోయాను. అందుకు చింతిస్తున్నాను. ఈ వయస్సులో కూడ మీరు కష్ట పడాల్సి వస్తుంది. మీతో పాటు ఉండి మీకు సేవ చేయాలని, కొంత విశ్రాంతి ఇవ్వాలని అనుకుంటున్నాను.' అంటూ సుఖ్ఖా, రమియాల వైపు చూశాడు.

'చందన్ ఎంతో గొప్ప పని చేస్తున్నాడు. సమాజంలో మంచి పేరు గౌరవం ఉంది.' రజనీ అన్న మాటలు సుఖ్ఖాకు గుర్తొచ్చాయి. చందన్ గురించి రజనీతో తాను అన్న మాటలు కూడ అతనికి గుర్తొచ్చాయి. చందన్ తో అన్నాడు, 'మనస్సు పెట్టి నువ్వు అనుకున్న దానిని సాధించు. అదే మేము నీ నుంచి ఆశిస్తుంది. ఇక మా విషయం అంటావా. నువ్వు ఎలాంటి చింత పెట్టుకోకు. రజనీ మమ్మల్ని చాలా బాగా చూసుకుంటుంది. అన్నీ సౌకర్యాలు కల్పిస్తుంది. మా పట్ల ఎంతో శ్రద్ధ వహిస్తుంది. నువ్వు లేని లోటు తెలియడమే లేదు. చిన్న కష్టం కూడ ఆమె మాకు రానీయడం లేదు. రోగంతో ఎంతో బలహీనంగా చిక్కి పోయిన నేను ఈ రోజు నీ ముందు ఇలా ఆరోగ్యంగా ఉన్నానంటే ఆమె చేసిన సేవా ఫలితమే. ఠాకూర్ సాహేబు కూతురు అయినప్పటికీ మమ్మల్ని చూసుకుంటున్నంత ఆత్మీయంగా, మా గురించి ఆలోచించినంతగా బహుశ ఠాకూర్ సాహేబు గురించి కూడ ఆలోచించదేమో'.

ఠాకూర్ సాహేబు స్వభావానికి పూర్తిగా భిన్నమైనది. మానవీయ విలువలతో కూడుకున్న స్వభావం ఆమెది. దళిత, పీడితుల అభ్యున్నతి కోసం ఆమె నిరంతరం పరితపిస్తుంది. సమాజం యొక్క సేవ నిమిత్తం తన సర్వస్వం ధార పోయడానికి సిద్ధమైంది. అంతే కాదు తన భావాలను సాకారం చేయడానికి సమానత్వం కోసం కొనసాగుతున్న ఉద్యమంలో క్రియాశీలకంగా పాల్గొంటున్నది అని అతనికి తెలుసు. అయితే సమాజ హితం కోసం ఠాకూర్ సాహేబుని కూడ వ్యతిరేకిస్తుందని, ఇతరుల సుఖ సంతోషాల కోసం ఇంత పెద్ద త్యాగం చేస్తుందని అతను ఊహించ లేదు. అందువలన ఇదంతా సుఖ్ఖా నోటి

నుంచి విని ఆశ్చర్యపోయాడు, ‘ మీరు అంటున్నది నిజమా నాన్న?’

'అవును బిడ్డా నేను నిజమే చెప్పుతున్నాను.' అంటూ సుఖ్ఖా వివరించాడు, ‘మాకు రజనీ కొత్త జీవితానిచ్చింది. రజనీ గాని సహాయం చేసి ఉండక పోయి ఉంటే పస్తులతో చచ్చి పోయే వాళ్ళం. ఇక్కడికి తీసుకొచ్చి మమ్ముల్ని ఉద్ధరించింది. ఇంట్లో సరుకుల నుంచి మందులు మాకులు వరకు అన్నీ సమకూరుస్తూ వస్తుంది మా కోసం.’

‘మీ కోసం ఇంత చేసింది. అయినా నాకు ఎప్పుడు చెప్పలేదు. సమావేశాలలో నన్ను ఎన్నో సార్లు కలిసింది కూడ.’ ఆశ్చర్యంతో చందన్ సుఖ్ఖా వైపే చూస్తున్నాడు.

సుఖ్ఖా చెప్పడం మొదలు పెట్టాడు, ‘అది ఆమె గొప్పతనం బిడ్డ. ఆమె నీ లక్ష్యంతో కలిసి తన సిద్ధాంతాల కోసం తన తండ్రిని కూడ వ్యతిరేకించింది. ఠాకూర్ సాహేబులో కనబడుతున్న మార్పు వెనకాల రజనీయే ఉంది. ఠాకూర్ సాహేబు మనస్తత్వాన్ని మార్చడం కోసం ఎన్ని ప్రయత్నాలు చేసిందో ... దీనుల జీవితాలలో వెలుగులు నింపడానికి తన సుఖ సంతోషాలను కూడ త్యజించింది బిడ్డా రజనీ. తాడిత పీడితుల సేవ కోసం తన సర్వస్వం సమర్పించింది. అంత పెద్ద త్యాగం చేయడం మామూలు విషయం కాదు.’

చందన్ మనసులో రజనీ పట్ల కృతజ్ఞతా భావం ఏర్పడింది. అతను ఆలోచించాడు, ‘ఇతరుల కంటే ఆమె ఎంత భిన్నంగా ఉంది. దీనులు-దళితులంటే ఆమెకు ఎంత ప్రేమ. వారంటే ఎంత దయ. సమాజ సంక్షేమం, సామరస్యం పట్ల ఆమెకు ఉన్న పట్టుదల మూలంగానే తన సుఖ, సంతోషాలను త్యాగం చేసి దీనులు-దళితుల సంక్షేమం, అభివృద్ధి కోసం ఇల్లిల్లు తిరుగుతూ చైతన్య పరిచే పనిలో నిమగ్నమైంది. లేక పొతే ఆమెకు ఏం అవసరం. ఇతరులతో పాటు, అమ్మ నాన్నల కోసం ఆమె చేసిన పనిని బహుశ నేను కూడ చేసే వాడిని కాదేమో.’

‘అందుకోసం రజనీకి కృతజ్ఞతలు చెప్పాలి.’ మనసులో అనుకుని రజనీని కలవడానికి ఆమె ఇంటికి వెళ్ళాడు. ఆమెకు కృతజ్ఞతలు తెలుపుతూ అన్నాడు, ‘సమాజం కోసం ముఖ్యంగా మా అమ్మ నాన్నల కోసం నువ్వు ఏమైతే చేశావో, చేస్తున్నావో అందుకు నీకెలా కృతజ్ఞతలు చెప్పాలి రజనీ. నేను నీకు చాలా రుణ పడి ఉన్నాను.’

చందన్ అలా ఫార్మల్ గా మాట్లాడడం రజనీకి నచ్చలేదు. ఫార్మాలిటీ 'మన' అనే భావాన్ని తగ్గిస్తుంది. ఎందుకంటే ఆమె చందన్ తో ఫార్మల్ గా కాకుండ మన అనే భావంతో వ్యవహరించేది. మన అనే భావంతోనే అతని తల్లిదండ్రుల పట్ల కూడ వ్యవహరించడం మొదలు పెట్టింది. చందన్ అలా ఫార్మల్ గా వ్యవహరించడంతో ఆమె వాదించింది, 'ఏమంటున్నావు చందన్! మనిషికి మనిషి సహకరించక పోతే మరెవరు సహకరిస్తారు. సాటి మనిషికి సహాయం చేయడమే మనిషి ప్రథమ కర్తవ్యం. అది నా కర్తవ్యం. అందుకు ధన్యవాదాలెందుకు. మీ అమ్మానాన్నల విషయానికి వస్తే నీవు లేనప్పుడు ఎవరో ఒకరు వారి బాగోగులు చూసుకోవాలి. నీ నుంచి వచ్చే ఉత్తరాలను చదివి-చదివి, నీకు ఉత్తరాలు రాసి-రాసి మీ కుటుంబానికి ఎంతగానో దగ్గరై పోయాను, బహుశా ఈ ఊర్లో ఎవరు పడనీ అవమానాల్ని మీ కుటుంబంతో పాటు నేను కూడ భరించాను. మీ అమ్మనాన్నలకు సేవ చేయడంలో నాకెంత ఆనందాన్ని కలిగిస్తుందో అది నీకు తెలియదు.'

'నేను నీ అభిప్రాయాలను గౌరవిస్తాను రజనీ. నీ నిస్వార్థ త్యాగం ముందు తల దించుకుంటాను. కానీ...' ఏదో చెప్పబోయాడు చందన్. కాని మధ్యలోనే రజనీ అంది, 'నీ లో ఉన్న పట్టుదల నాలో కూడ ఉంది చందన్. అన్యాయం, దోపిడీలకు నేను కూడ వ్యతిరేకం. అందరు సమానంగా, సంతోషంగా ఉండాలని నేను కూడ కోరుకుంటాను. అందువలననే నీ ఉద్యమంలో కూడ పాలుపంచుకుంటున్నాను. నా బాధ్యతను పూర్తి నిబద్ధతతో నిజాయితిగా నిర్వర్తించాలనేదే నా ప్రయత్నం.' కొంచెం సేపు ఆగి మళ్ళీ అంది, 'సామాజిక నవనిర్మాణం కోసం సాగుతున్న ఈ పవిత్ర ఉద్యమంలో నీ భుజంతో భుజం కలిపి నడవాలని నా అభిలాష. కాని నాలో అంత సామర్థ్యం గాని శక్తి గాని లేదు. అయినా నేను ఏది చేయగలనో అది సాధ్యమైనంత వరకు చేస్తాను. దాని నుంచి వెనక్కి పోను. మొత్తం సమాజాన్ని నువ్వు చూసుకోవాలి. అందుకోసం నువ్వు అన్ని రకాలుగా నిశ్చింతగా, స్వతంత్రంగా ఉండాలి. తల్లిదండ్రుల బాధ్యత నీ మీద ఉంది. నువ్వు ఆ బాధ్యతల నుండి స్వతంత్రంగా ఉండాలని నేను కోరుకుంటున్నాను. వాళ్ళని చూసుకునే బాధ్యతలను నన్ను నిర్వర్తించ నివ్వు. నన్ను నమ్ము చందన్. ఎలాంటి లోటు రాకుండ వాళ్ళని చూసుకుంటాను. అమ్మ చిన్నప్పుడే చని పోయింది. జీవితంలో ఎప్పుడు అమ్మ ప్రేమకు నోచుకోలేదు. నాన్నగారి పలుకుబడితో కూడిన వ్యక్తిత్వం కారణంగా వారితో ఎప్పుడు పడలేదు. అందువలన వారితో

మానసిక అనుబంధం ఏర్పడలేదు. మీ అమ్మ నాన్నలనే నా తల్లిదండ్రులుగా భావిస్తాను. ఇప్పటి వరకు వాళ్ళ ప్రేమానురాగాల నీడలోనే ఉన్నాను. వాళ్ళకు సేవ చేయడం నాకు ఎంతో సంతోషం.'

తన తండ్రులను రజనీ ఇంతగా గౌరవిస్తుందని, మానసికంగా ఇంతగా వారితో కలిసి పోయిందని చందన్ ఊహించ లేదు. అతని మనసు రజనీ పట్ల గౌరవం, కృతజ్ఞతలతో నిండి పోయింది, 'నీ నుంచి నీ సంతోషాన్ని దూరం చేయలేను. అయితే అమ్మ, నాన్నలతో బాటు ఠాకూర్ సాహెబు గారి గురించి కూడ నువ్వు శ్రద్ధ తీసుకోవాలని, వారి సేవలో ఎలాంటి లోపం లేకుండా చూసుకోవాలని మాత్రం నేనంటాను.'

అయితే ఠాకూర్ సాహెబు పట్ల రజనీ మనసు ఆక్రోశంతో నిండి ఉంది. ఆమె అంది, 'నా తరపున ఎలాంటి లోటు లేకుండ చూసుకుంటాను. కాని ఆయన ప్రజలను ఎంతో ఇబ్బంది పెట్టారు. వారిని దోచుకున్నారు. దానికి ఆయనకు శిక్ష లభించవలసిందే.'

ఆక్రోశం బదులు ప్రేమ, శాంతిని సమర్థిస్తాడు చందన్. అతను మార్పు కోరుకుంటాడు. అయితే ఆ మార్పు హింసతో కాకుండ అహింస, ప్రేమతో సాధించాలంటాడు. అతను రజనీకి నచ్చ చెప్పాడు, 'శిక్ష పరిష్కారం కాదు రజనీ. శిక్షించే బదులు వ్యక్తిలో మార్పు వచ్చే విధంగా ప్రయత్నం చేయాలి. వ్యక్తి తను చేసిన తప్పులను తెలుసు కోవాలి. వాటిని సరిదిద్దు కోవాలి. అంతకన్నా గొప్ప విషయం మరొకటి లేదు. తాను చేసిన దానికి ఠాకూర్ సాహెబు బాధ, పశ్చాత్తాపం చెందుతున్నాడు. అది నేను గమనించాను. నిన్న అతని మనస్తత్వం దూషితం. నేడు అతని మనస్తత్వం మార్పు చెందింది, చెందుతుంది కూడా. ఇది శుభ సూచకం. దీన్ని మనం స్వాగతించాలి.'

చందన్ యొక్క సదాశయాన్ని, పరిజ్ఞానాన్ని చూసి రజనీ ముగ్ధురాలై పోయింది. ఆమె అంది, 'నాన్నగారు పెట్టిన ఇబ్బందులను స్వయాన అనుభవించి కూడ ఆయన పట్ల నీ మనసులో ఎలాంటి దురభిప్రాయం లేదు. నిన్ను ఇబ్బంది పెడుతున్నప్పుడు ఏ మాత్రం కనికరం చూపలేదు. అయినా నీ మనసులో ఆయన పట్ల ఎలాంటి హింసాభావం లేదు. ఫిర్యాదు లేదు. నిజంగా నీ హృదయం ఎంతో విశాలం. నువ్వు గొప్పవాడివి చందన్!'

చందన్ విషయాన్ని ఇంకా స్పష్టంగా విపులంగా చెప్పాడు, 'హింసకు

సమాధానం హింస కాదు రజనీ. హింసకు సమాధానం అహింస ద్వారా ఇవ్వాలి. మన పోరాటం న్యాయం, సమానత్వం కోసం. గతంలో మా పట్ల ఎలా ప్రవర్తించారో ఆ విషయాలలోకి వెల్ల దలచుకోలేదు. ఎందుకంటే దాని వల్ల ఏదో మంచి జరగుతుందన్న ఆశ నాకైతే లేదు. మేము విరోధం కోరుకోవటం లేదు. సామంజస్యం కోరుకుంటున్నాం. ప్రజలందరు విభేదాలను, శత్రుత్వాన్ని మరచి పోవాలి. ద్వేషాన్ని, మాలిన్యాన్ని త్యజించి పరస్పరం ప్రేమ, సామరస్యంతో మెలగాలి. ఇతరుల కష్టసుఖాలలో పాలు పంచుకోవాలి. ఒకరికొకరు సహాయం చేసుకోవాలి. ఒకరినొకరు గౌరవించాలి. విషాదంతో కూడుకున్న గతాన్ని మరచిపోయి వర్తమానాన్ని, భవిష్యత్తుని సుఖాంతం చేయాలనుకుంటున్నాం. ఇతరులు మా పట్ల ఎలా వ్యవహరించారో మేము కూడ వారి పట్ల అలాగే వ్యవహరిస్తే వారికి మాకు తేడా ఏముంటుంది. అందుకే మనల్ని మనం నియంత్రించుకునే ప్రయత్నం చేయాలి. ద్వేషం, కోపం బదులు వినయం, ప్రేమతో పని చేయాలి.'

వారిరువురి మధ్య ఇంకా ఎన్నో విషయాలు చర్చకు వచ్చాయి. కొన్ని సమాజం గురించి అయితే మరికొన్ని వ్యక్తిగతం. మిగతా విషయాలతో పాటు సుఖ్ఖా రమియాల గురించి ఒక నిశ్చయానికి వచ్చాడు చందన్. అయినా కూడ సుఖ్ఖాతో చెప్పాడు, 'నిజమే రజనీ మిమ్ముల్ని బాగా చూసుకుంటుంది. కాని నాకు కూడ కొంచెం బాధ్యత ఉంది. ఒకవేళ నేను మీ సేవ చేయలేక పోతే, ఈ వయసులో కూడ మిమ్ముల్ని చూసుకోక పోతే మీ జీవితంలో నా అస్తిత్వానికి సార్థకత ఏముంది.'

చందన్ మాటలతో సుఖ్ఖా పులకించి పోయాడు. చందన్ తో అన్నాడు, 'అలా ఆలోచించకు బిడ్డ. వ్యక్తి కంటే సమాజం గొప్పది. ముఖ్యమైనది. మనమందరం సమాజంలోనే ఉన్నాం. అందువలన సమాజం కోసం నువ్వు ఏదైతే చేస్తున్నావో అది మా కోసం కూడ చేస్తున్నట్లే. సమాజ హితంలోనే మా హితం కూడ ఉంది. సమాజ సుఖంలోనే మా సుఖం ఉంది. నిన్ను సమాజం కోసం అంకితం చేయాలని మేం నిర్ణయించుకున్నాం. అది వివేకంతో, మా ఇష్టంతో సమాజ హితం కోసం తీసుకున్న నిర్ణయం. మా నిర్ణయాన్ని గౌరవించు బిడ్డ. మా నిర్ణయాన్ని మార్చుకోమని మమ్మల్ని ఒత్తిడి చేయకు. నీ లక్ష్యం నెరవేరిందని, ఇక సమాజానికి నీ అవసరం లేదని నువ్వు భావించినప్పుడు నువ్వు ఎక్కడ

ఉండమంటే అక్కడ ఉంటాం. పెద్ద వాళ్లైన స్త్రీ పురుషులందరినీ తల్లిదండ్రులుగా భావించు. వారి అవసరాలను తీర్చు. మాకు అదే చాలు.'

'తమ సంతానం యొక్క సుఖం కోసం ప్రతి తల్లిదండ్రులు ఇలా త్యాగం చేస్తే ఎంత బావుండు. అలా గాని జరిగి ఉండి ఉంటే మన సమాజం ఎప్పుడో మారి పోయి ఉండేది కదా.' అని చందన్ ఆలోచించి అన్నాడు, 'మీ ప్రతి కోరిక నెరవేర్చడం నా ప్రథమ కర్తవ్యం. ఒకవేళ మీ ఇష్టంతోనే ఈ నిర్ణయం గాని తీసుకుని ఉంటే మార్చుకోమని నేనను. మీరు తీసుకునే ప్రతి నిర్ణయం నాకు శిరోధార్యం.'

రెండు మూడు రోజులు మాతాపూర్ లో గడిపి పట్టణానికి తిరిగొచ్చాడు చందన్.

17

తాను ఏ ప్రజలనైతే దోచుకున్నాడో, అనగద్రోక్కాడో, వారే సమర్థులయ్యాక తప్పకుండ తనని ద్వేషిస్తారని, తమకు జరిగిన అన్యాయాలకు, అవమానాలకు ప్రతీకారం తీసుకుంటారని ఠాకూర్ సాహేబు ప్రతి క్షణం ఆలోచించేవాడు. అలా ఆలోచిస్తూ ఉన్నప్పుడల్లా అతని మనసు కలత చెందేది. అయితే అతని పట్ల ఎవరు కూడ అలా వ్యవహరించక పోవడంతో అతనికి ఆశ్చర్యమేసింది. మొదట్లో కొంత మంది అతని పట్ల తిరస్కార భావంతో చూసే వారు. కాని చందన్ ఊరికి వచ్చిన తరువాత వారికి నచ్చ చెప్పాడు, 'మనం వ్యవస్థను వ్యతిరేకిస్తున్నాం. వ్యక్తులను కాదు. వ్యవస్థకు వ్యతిరేకంగా మనం పోరాడుతున్నాం. ఏ వ్యక్తీ పట్ల మనకు ద్వేషం లేదు. ఎవరైనా మనకు అడ్డు వస్తే తప్పకుండ ఆ వ్యక్తిని వ్యతిరేకిస్తాం. ఆ వ్యక్తి ఎవరైనా సరే. మనం న్యాయం, సమానత్వాన్ని కోరుకుంటున్నాం. సమానత్వాన్ని సాధించడం కోసం మనం వ్యవస్థను మార్చాలి. ఎందుకంటే మన సమాజ వ్యవస్థ అన్యాయానికి అసమానత్వానికి జన్మనిస్తుంది. వ్యవస్థను మార్చడం అంటే వ్యవస్థను అనుసరించడం కాదు. ఈ రోజు ఇతరుల పట్ల మన మనసులో ఎలాంటి ఆక్రోశం ఉందో వ్యవస్థను అనుసరించిన తరువాత రేపు మన పట్ల కూడా అలాంటి ఆక్రోశమే ఇతరులలో కలుగుతుంది. సమాజంలో

అశాంతి, కలహం అలాగే ఉంటుంది. కాని మనం మొత్తం సమాజం శాంతి, సామరస్యంతో కలిసి మెలిసి ఉండాలని కోరుకుంటున్నాం. అందుకనే ఎవరి పట్ల కూడ ద్వేష భావం గాని, తిరస్కార భావం గాని కలిగి ఉండ కూడదు. మనతో ఇతరులు ఎలా వ్యవహరించాలని అనుకుంటామో, మనం కూడ ఇతరులతో అలాగే వ్యవహరించాలి.'

చందన్ మాటలు ఒక గారడిలా పని చేసాయి. ఆ రోజు తరువాత గ్రామం వాళ్ళు ఏ ఒక్కరిని కూడా ద్వేషించడం కాని, తిరస్కార భావంతో చూడడం గాని చేయలేదు. ఠాకూర్ సాహెబు పట్ల కూడ ప్రజలు సామరస్యంగానే వ్యవహరించడం మొదలు పెట్టారు. ప్రజలు అలా వ్యవహరిస్తారని ఠాకూర్ సాహెబు కూడా ఊహించ లేదు. ప్రజల ప్రవర్తనను చూసి కృతజ్ఞతా భావంతో వారిని గౌరవించాలని అనుకున్నాడు. పశ్చాత్తాపంతో తనను తానే అసహ్యించుకోవడం మొదలు పెట్టాడు. ప్రజలను కలిసే ధైర్యం అతనిలో లేకపోయింది.

ముందే వృద్ధాప్యం. పైగా పశ్చాత్తాపం, ఒంటరితనంతో క్రుంగి పోతుండటంతో ఠాకూర్ సాహేబు పూర్తిగా ఇంటికే పరిమితమై పోయాడు. జీవితంలో విసిగి పోయాడు. తన జీవితం వ్యర్థంగాను, భారంగాను అనిపించడం మొదలైంది అతనికి. భరించినన్ని రోజులు భరించాడు. ఇంకా భరించడం కష్టమనుకుని ఒక రోజు ఇక జీవితాన్నే ముగించాలని నిర్ణయం తీసుకున్నాడు. ఇంటి నుంచి బయలు దేరి అడవి వైపు వెళ్ళాడు. అతని పొలాలకు దగ్గరలోనే లోతైన పాత బావి ఒకటి ఉంది. అక్కడ జన సంచారం కూడా చాలా తక్కువ. ఆత్మాహత్యకు అదే అనుకూలమైన స్థలంగా భావించి ప్రజల నుంచి తప్పించుకుని అటువైపు నడిచి పోతున్నాడు ఠాకూర్ సాహేబు.

అదృష్టం కొద్ది సుఖ్ఖా ఆ సమయంలో తన పొలంలోనే ఉన్నాడు. సుఖ్ఖా పొలం దగ్గర నుంచే బావికి దారి ఉంది. నెలల తరబడి ఠాకూర్ సాహేబు ఇంట్లో నుంచి బయటకు రాలేదన్న విషయం అతనికి తెలుసు. అందుకే అకస్మాత్తుగా ఈ రోజు గో ధూళీ వేళ బిర బిరా నడుచుకుంటు ఠాకూర్ సాహేబు బావి వైపు వెళ్ళడం చూసి సుఖ్ఖా ఖంగు తిన్నాడు, ఠాకూర్ సాహేబు అనుకోనిదేదో చేయడం లేదు కదా?' అని ఆలోచించి అతని వెనకాలే వెళ్ళాడు. అతని సందేహం నిజమైంది. బావి దగ్గరకు వెళ్ళి ఒకసారి అటు ఇటు చూశాడు ఠాకూర్ సాహేబు. మోట

దగ్గర నుంచి బావిలోకి దూకే ప్రయత్నం చేసే లోపలే సుఖ్ఖా వెంటనే అక్కడికి చేరుకునే అతన్ని గట్టిగా పట్టుకున్నాడు. 'ఏం చేస్తున్నారు ఠాకూర్ సాహేబు?'

తనను ఎవరు చూడడం లేదని ఠాకూర్ సాహేబు అనుకున్నాడు. కాని అకస్మాత్తుగా సుఖ్ఖా తనని గట్టిగా పట్టు కోవడంతో ఆశ్చర్యంతో తటపటాయించాడు. సుఖ్ఖా చేతులనుంచి తప్పించుకోవడానికి గింజు లాడుతూ అన్నాడు, 'నన్నెందుకు ఆపావు? నన్ను చావ నివ్వు'

ఇంకా గట్టిగా పట్టుకుంటూ సుఖ్ఖా అన్నాడు, 'లేదు ఠాకూర్ సాహేబు! జీవితం జీవించడం కోసమే గాని నాశనం చేసుకోవడానికి కాదు. ఆత్మహత్య చేసుకోవడమంటే హింసకు పాల్పడడం. మిమ్ముల్ని అలా చేయనీయం'.

పశ్చాత్తాపంతో కుంగి పోతున్న ఠాకూర్ సాహేబు సుఖ్ఖా చేతుల నుంచి తప్పించు కోవడానికి ప్రయత్నం చేశాడు, 'సుఖ్ఖా ఈ భూమికే నేను భారం. నేను చని పోవడమే మంచిది.'

అలాగే గట్టిగా పట్టుకుని సుఖ్ఖా అడిగాడు, 'కాని ఎందుకు? మీరెందుకలా ఆలోచిస్తున్నారు?'

పశ్చాత్తాప భారంతో ఠాకూర్ సాహేబు ఇంకా కుంగి పోతున్నాడు , 'నా కర్మయే నన్ను దిక్కరిస్తున్నది. మీ మీద నేను చేసిన అత్యాచారాలు, దౌర్జన్యాలు అన్ని ఇన్ని కావు. ఆ నేరాల నుంచి నేనెలా తప్పించు కోగలను. నా శవం కుళ్ళిపోయి పురుగులు పడని, కాకులు, గద్దలు పొడుచుకు తినని. బహుశ అదే నాకు పడే శిక్ష.'

సుఖ్ఖా అతనిని ఓదార్చే ప్రయత్నం చేశాడు, 'అలా మాట్లాడ కూడదు ఠాకూర్ సాహేబు. తప్పులు చేయడం మానవ సహజం. ఒక్క తప్పు కూడ చేయని వ్యక్తి ఈ ప్రపంచంలో లేడు. గతంలో జరిగినవన్నిటిని మేము మరచి పోయాం. మా మనసులలో మీ పట్ల ఎలాంటి ద్వేష భావం లేదు. మీరు కూడా అన్నీ మరచిపోండి ఠాకూర్ సాహేబు. సమానత్వాన్ని పాటిస్తూ ప్రేమానురాగాలు పంచుతూ సోదర భావంతో అందరితో కలిసిమెలిసి ఉండండి.'

ఠాకూర్ సాహేబు పరిస్థితి అస్త్ర సన్యాసం తీసుకున్నవాడిలా ఉంది. అలసిపోయిన ముఖంతో అన్నాడు, 'ఏ మొహం పెట్టుకుని ప్రజల ముందుకు వెళ్ళను? వాళ్ళతో ఎలా కలవను? నాకంత ధైర్యం లేదు.'

సుఖ్ఖా అతనికి ధైర్యం చెప్పాడు, 'అందరినీ మీ సొంత సోదరుల్లా భావించండి. మీలోని అహంకారాన్ని వదిలి వేసి నిర్మలమైన మనస్సుతో ప్రజల ముందుకు వెళ్ళండి. ప్రజలు మిమ్ముల్ని కళ్ళకద్దుకుంటారు. గౌరవం గౌరవం నుంచే జన్మిస్తుంది ఠాకూర్ సాహేబు. మీరు ఇతరులను గౌరవిస్తే ఇతరులు కూడా మిమ్ముల్ని గౌరవవించకుండ ఉండలేరు.' నచ్చ చెప్పి ఠాకూర్ సాహేబుని ఊర్లోకి తీసుకు వచ్చాడు సుఖ్ఖా.

'అన్నీ దౌర్జన్యాలు భరించి కూడ ఎంత సదాశయంతో ఉన్నాడు?' ఠాకూర్ సాహేబు ఆలోచించాడు. సుఖ్ఖా ముందు అతనికి తన అస్తిత్వం మొత్తం చాలా చిన్నదనిపించింది. కటిక దరిద్రుడైన సుఖ్ఖా ఎంత సుఖంగా, సంతోషంగా ఉన్నాడో చూశాడు. తన దగ్గర అన్నీ ఉండి కూడ సుఖం లేదు. సంతోషం లేదు కేవలం శూన్యం తప్ప. సుఖ్ఖా యొక్క సుఖ సంతోషాలకు ఆధారమేమిటి... అందరిని తన వాళ్ళుగా భావించడం. అందరి వాడై ఉండడం. 'నిజమే! అదే అసలైన జీవిత నైజం' అతని అంతఃకరణం బదులిచ్చింది 'ఇక నుంచి జీవితంలో నేను కూడా అలాగే వ్యవహరిస్తాను' అని అతను నిర్ణయం తీసుకున్నాడు.

మరుసటి రోజే గ్రామ పంచాయతి సభను నిర్వహించాడు ఠాకూర్ సాహేబు. తన జీవనం కోసం కొంత భూమిని ఉంచుకుని మిగిలింది అంతా పేదలు, భూమి లేని కార్మికులకు పంచి పెట్టాడు. మిగతా వాళ్ళ మాదిరిగా పొలాలలో పని చేయడం మొదలు పెట్టాడు. తరువాత బంగ్లాను కూడ వదిలి పెట్టి, ఒక చిన్న ఇంటిలో ఉండడం మొదలు పెట్టాడు. బంగ్లాను వదిలి ఈ ఇంటిలో ఉండవలసిన అవసరమేముంది అని సుఖ్ఖా అంటే, ఠాకూర్ సాహేబు బదులిచ్చాడు, 'అందరూ ఇండ్లలో ఎలా ఉంటారో నేను కూడ అలాగే ఉండాలి. అప్పుడే నాకు అందరితో సమానంగా ఉన్నాననే భావం కలుగుతుంది. అందరి దగ్గర బంగ్లాలు లేవు. నేనొక్కడినే బంగ్లాలో ఎందుకుండాలి. ఒకవేళ నేనలా చేస్తే సమానత్వ సిద్ధాంతాన్ని ఉల్లంఘించినట్లవుతుంది. ఈ అన్యాయాన్ని ఇక సహించ లేను'.

ఠాకూర్ సాహేబుకి మొదట్లో చాలా కష్టంగా, విచిత్రంగా అనిపించింది. కాని మెల్లి మెల్లిగా అలవాటయింది. కొన్ని రోజుల్లోనే ఊర్లో వారందరితో కలిసి పోయాడు. కొద్ది రోజుల క్రితం వరకు ఏ జీవితమైతే నిస్సారంగా వ్యర్థంగా అనిపించిందో అదే జీవితం ఇప్పుడు ఉల్లాసంతో నిండి పోయింది. అందరితో

కలిసి మెలిసి సంతోషంగా ఉండడం మొదలు పెట్టాడతను. అతని మనసులో జీవితం పట్ల ఎలాంటి నిరాశ గాని, ఫిర్యాదు గాని లేదు. సమాజం నుంచి వేరుపడి ఉన్నంత కాలం ఠాకూర్ సాహేబు తన ప్రపంచానికే పరిమితమై పోయేవాడు. ఎవ్వరితో కూడ తన కష్ట సుఖాలు పంచుకోక పోవడమే కాదు ఇతరుల గురించి కూడ పట్టించుకునే వాడు కాదు. కాని ఇప్పుడు సమాజంలో భాగమై పోయాడు. ప్రతి మంచి చెడులో భాగం పంచుకుంటున్నాడు. అందరితో పాటు కూర్చోవడం, అందరితో కలిసి భోజనం చేయడం, అందరి సుఖ దు:ఖాలు పంచుకోవడం అతని మనసుకు సంతోషాన్ని కలిగించాయి. సమానత్వం, సహ అస్తిత్వ జీవితం ఇంత ఆనందదాయకంగా ఉంటుందని అతను ఊహించ లేదు.

ఇప్పుడు ప్రజలు అతనిని 'ఠాకూర్ సాహేబు' అని పిలవడం కూడ లేదు. ఒక రోజు సుఖ్ఖా అతనిని 'ఠాకూర్ సాహేబు' అని పిలిస్తే అతనన్నాడు, ' చూడు సుఖ్ఖా! సమానత్వం అంటే అన్నీ రంగాలలో సమానత్వం. గౌరవ మర్యాదల పద్ధతి కూడ సమానత్వమై ఉండాలి. 'ఠాకూర్ సాహేబు' అని పిలిస్తే వేర్పాటు ధోరణి, అసమానత్వం కనబడుతుంది. 'హర్నాం' అని పిలిస్తే ఐకమత్యం, సమానత్వం బోధ పడుతుంది. ఇక మన మధ్య ఎలాంటి వేర్పాటు ధోరణి గాని అసమానత్వం గాని ఉండ కూడదని నేననుకుంటున్నాను. కుల పరమైన, మత పరమైన ఏ గోత్రం గాని లేదా ఉప నామం గాని మన పేర్లతో ప్రయోగించ కూడదు. కేవలం మన మధ్య మానవత సంబంధమే ఉండాలి. మానవత్వమే మన గోత్రం కావాలి. మానవత్వమే మన మతం కావాలి. అందుకే సుఖ్ఖా నన్ను 'ఠాకూర్ సాహేబు', 'హర్నాం సింగ్' అని పిలవకుండ కేవలం 'హర్నాం' అని పిలువమని ప్రార్థిస్తున్నాను. ఎలాగైతే నిన్ను నేను 'సుఖ్ఖా' అని పిలుస్తానో' అలాగే.

ఠాకూర్ సాహేబు నోటి నుంచి ఆ మాటలు రావడంతో సుఖ్ఖా తన్మయత్వం చెందాడు. ఏదో అనబోయాడు, 'ఠాకూర్ సాహేబు!...'

'ఠాకూర్ సాహేబు కాదు హర్నాం అను -- హర్నాం...' ఠాకూర్ సాహేబు మధ్యలోనే అడ్డుకున్నాడు.

'హర్నాం' అని పిలవాలనుకున్నాడు సుఖ్ఖా. కాని జీవితాంతం 'ఠాకూర్ సాహేబు' అని పిలవడానికి అలవాటు బడ్డ నాలుక 'హర్నాం' అని సంబోధించాలంటే సుఖ్ఖాకి కొంచెం కష్టమైంది. పిలవాలనుకున్నప్పటికి అతని నోటి నుండి 'హర్నాం' అనే పదం పలక లేదు. మొత్తం శక్తిని గట్టుకుని 'హర్నాం'

అందామనుకున్న నోరు పెగలడం లేదు.

సుఖ్ఖా సంప్రదాయాన్ని అధిగ మించ లేక పోతున్నాడని ఠాకూర్ సాహేబుకు అర్థమైంది. సుఖ్ఖాకు ధైర్యం చెప్పాడతను, 'చెప్పు సుఖ్ఖా చెప్పు. హర్నాం అని నీ నోటితో పిలిస్తే నాకు ఎంత బాగా అనిపిస్తుందో నీకు తెలియదు.'

ఈ సారి ప్రయత్నించాడు సుఖ్ఖా, 'హరనాం...'

'మళ్ళీ అను సుఖ్ఖా' ఠాకూర్ సాహేబు ఉత్సాహ పరచాడు సుఖ్ఖాని.

'హార్నాం...' మళ్ళీ అన్నాడు సుఖ్ఖా.

'ఓ సుఖ్ఖా... నా సోదరా...' అంటూ ఠాకూర్ సాహేబు సుఖ్ఖాని ఆలింగనం చేసుకున్నాడు.

18

ఊరి నుంచి చందన్ ఒక్కడే తిరిగొచ్చేసరికి హరియా, కమల ఇద్దరు విస్మయానికి గురయ్యారు. 'మీ అమ్మ నాన్నలను వెంట తీసుకు రాలేదా? ఏమైంది. అంతా బాగానే ఉన్నారు కదా?' అని వారంతా ఆతృతగా అడిగారు.

'ఆ...అంతా బాగానే ఉన్నారు' చందన్ సమాధానమిచ్చాడు.

'అయితే వారిని నీ వెంటెందుకు తీసుకు రాలేదు?' హరియా అడిగాడు.

సుఖ్యా, రమియాలతో జరిగిన సంభాషణను మొత్తం వారికి చెప్పాడు చందన్.'వారు అక్కడే ఉండాలని అనుకుంటున్నారు. నేను నా చదువుని ఏ ఆటంకం లేకుండా పూర్తి చెయ్యాలని, సామాజిక కార్యక్రమాలలో నిమగ్నమై పని చేయాలని, సమాజానికి ఉపయోగ పడాలని వారి కోరిక.'

చందన్ నోటి నుంచి తల్లిదండ్రుల మాటలు విని హరియా సంభ్రమాశ్చర్యాలకు గురయ్యాడు. 'వారి అభిప్రాయాలు చాలా గొప్పగా ఉన్నాయి. అయితే వారిని అక్కడ ఎవరు చూసుకుంటారు?' అతను అడిగాడు.

చందన్ బదులిచ్చాడు, 'రజనీ ఉండి వారిని చూసుకోవడానికి. వారిని చూసుకునే బాధ్యత తన మీద వేసుకుంది.'

ఈ లోపల హరియా ఏదో పనిలో మునిగి పోయాడు. రజనీ పేరు వినగానే కమల ఉలికి పడి అడిగింది, 'ఈ రజనీ ఎవరు?'

'మా ఊరి ఠాకూర్ హర్నాం సింగ్ కూతురు. నా బాల్య స్నేహితురాలు. స్కూలులో కలిసి చదువుకున్నాం. నాన్న నుంచి వచ్చే ఉత్తరాలు రజనీయే రాస్తుంది. అలాగే నేను రాసే ఉత్తరాలను అమ్మ, నాన్నలకు చదివి వినిపిస్తుంది కూడ తనే. చాలా మంచిది. సహృదయురాలు. ఠాకూర్ హర్నాం సింగ్ ఇంట్లో పుట్టినప్పటికీ తండ్రికి భిన్నమైనది. సంస్కారవంతురాలు. ఆమె గొప్ప దయామయి, కరుణామయి. రాత్రింబవళ్ళు దీనుల సేవలోనే ఉంటుంది. అమ్మ, నాన్నలను తన తల్లిదండ్రులుగా భావిస్తుంది. వారు కూడ ఆమెను ఎంతో ఇష్ట పడతారు.' చందన్ వివరించాడు.

రజనీ గురించి తెలుసుకుని ఆశ్చర్యపోయి అంది కమల, 'అయితే ఆమె స్త్రీ కాదు, ఒక దేవత.'

'నిజంగా... నీ లాగే ఆమె కరుణమూర్తి. త్యాగమూర్తి.' చందన్ ప్రశంసిస్తూ కమల వైపు చూశాడు.

రజనీ కంటే తాను చాలా తక్కువ అని కమల అనుకుంది. 'బాబు గారు! ఆమెతో నాకు పోటీ ఏంటి? ఆమెక్కడ... నేనెక్కడ... ఆమె చదువుకున్నది ...నాగరికత తెలిసింది... జీవితం తాలూకు పద్ధతులు తెలిసింది.. నేను అనాగరికురాలిని... మూర్ఖురాలిని'

చందన్ ఆమెకు నచ్చచెప్పాడు, 'అలా కాదు కమల. కేవలం చదువే శ్రేష్టత్వానికి ఆధారం కాదు. చాలా మంది సాధువు-సంతులయ్యారు. వాళ్ళేం చదువుకున్నారు. కబీరు, రవిదాసులు ఏ స్కూలులో చదువుకున్నారు. కాని పెద్ద పెద్ద మనుషులు కూడ వారి జ్ఞానం, గుణంలో సాటి రారు. వ్యక్తి గొప్పతనం అతని కర్మ, ఆ కర్మ పట్ల అతనికి ఉన్న నిబద్ధత, నిజాయితీలో ఉంటుంది. రజనీ యొక్క త్యాగం చాలా గొప్పదని నాకు తెలుసు. కాని నువ్వు చేస్తున్న పని కూడ తక్కువేమీ కాదు'.

అయితే కమల దృష్టిలో రజనీ త్యాగం ఎన్నో రేట్లు పెరిగింది. రజనీతో ఆమెకేలాంటి పోటి లేదు. పోటి పడాలనే ఆలోచన కూడ ఆమె మనసులో లేదు. అయితే చందన్ మీద మరొకరి ఆధిపత్యాన్ని ఆమె ఏమాత్రం సహించదు.

అయినప్పటికీ తన ఆలోచనలను అణగద్రొక్కుకుని ఆమె అంది, 'బాబు గారు! ఆకలితో అలమటిస్తు అన్నం కోసం చేసే పోరాటానికి, కడుపు నిండిన వ్యక్తి అన్నం పెట్టించడానికి చేసే పోరాటానికి చాలా తేడా ఉంటుంది. సమత, మమత, గౌరవం మన అవసరం. రజనీకి ఇవన్నీ ముందు నుంచే లభించాయి. వీటి అవసరం ఆమెకు లేదు. అందువలన మన ద్వారా సమత, సమానత్వం కోసం చేసే పోరాటంతో పోల్చితే మన పోరాటంలో రజనీ సహాకారం చాలా ముఖ్యం మరియు శ్రేయస్కరం. ఆమె త్యాగం వందనీయం. మన కోసం రజనీ ఎంతో త్యాగం చేసింది. ఆమె ఆలోచనలను మనం గౌరవించాలి. ఆమె మేలును కోరుకోవాలి. ఆమె సంక్షేమానికి పాటు పడాలి. అంతే కాదు. మనం ఆమెను ఉపెక్షిస్తున్నామనో లేదా ఎక్కువ ప్రాధాన్యతనిస్తున్నామనే భావం కూడ ఆమెకు కలగా కూడదు.'

'కమలలో ఎంత వినమ్రత, సహజత్వం ఉంది. ఎవరు కూడా ఇతరులు గురించి ఇంతగా ఆలోచించరు.' అని చందన్ మనసులో అనుకున్నాడు. అతని మనసులో కమల పట్ల గౌరవం ఇంకా పెరిగి పోయింది. అతనన్నాడు, 'రజనీ గురించి నీకు తెలియదు కమల. ఆమె అలా కాదు. ఆమె ఆలోచనలు చాలా ఉన్నతమైనవి.'

చందన్ మనసులో ఏదో సంకోచం ఉందని కమలకు అనిపించింది. ఆ సంకోచాన్ని దూరం చేస్తూ అసలు విషయం చెప్పింది, 'రజనీ గురించి నీకు బాగా తెలుసు. నేను ఒప్పుకుంటాను. అయితే నువ్వు ఒక పురుషుడివి బాబు గారు. ఒక మహిళ మనసును నువ్వు అర్థం చేసుకోలేవు. నీ కోసం, నీ తల్లిదండ్రుల కోసం, నీ ఆలోచనలతో రజనీ ఇంతగా కలిసి పోయి సమాజం కోసం పని చేసింది. ఇంకా చేస్తుంది. అంతే కాదు వీటన్నింటి కోసం తన తండ్రిని కూడ ఎదిరించింది. దీనర్థం ఆమె నిన్ను ప్రేమిస్తుంది. మనస్ఫూర్తిగా ప్రేమిస్తుంది. ఆమె ప్రేమను అర్థం చేసుకో బాబు గారు.'

కమల నోటి నుంచి రజనీ ప్రేమ గురించి విని చందన్ ఆశ్చర్య పోయాడు. అతనెప్పుడు ఆమెను ఆ దృష్టితో చూడలేదు. అలాంటి విషయంలో ఒక స్త్రీ ఆలోచనను ఇంకో స్త్రీ మాత్రమే బాగా అర్థం చేసుకుంటుంది. బహుశ కమల నిజమే అంటుందేమో అని అతను అనుకున్నాడు. అయినా అతను ఒప్పుకోలేదు. తప్పించుకుంటూ అడిగాడు, 'కమల ఏమంటున్నావు. నాకైతే ఎప్పుడు అలా

అనిపించ లేదు. నేను కూడా ఎప్పుడు అలా ఆలోచించ లేదు. నీ పట్ల ప్రవర్తించి నట్లే ఆమె పట్ల కూడ ప్రవర్తించాను.'

తనకు నచ్చదనో లేదా తన మనసు గాయమవుతుందేమోనని అనుకుని చందన్ ఈ నిజాన్ని అంగీకరించడం లేదని కమలకు అర్థమైంది. తన వైపు నుంచి నిశ్చింతగా ఉండమని చెప్పుతూ అంది. 'బాబు గారు! చిన్నప్పటి నుంచి ఇప్పటి వరకు నీ ఆలోచనలతో ఆమె మమేకమైంది. వాటికి అనుగుణంగానే నడుచుకుంది. రజనీ నీ జీవిత ప్రయాణంలో సహ యాత్రికురాలు. నా విషయం అంటావా. నాదేముంది. మధ్యలో వచ్చిన దానిని. మధ్యలో వచ్చిన వారు మధ్యలోనే పోతారు. కొద్ది సేపు ఆగుతారు. విశ్రాంతి తీసుకుంటారు. మళ్ళీ తమ దారి చూసుకుంటారు. కాని కష్టాలను, అలసటను ఎదుర్కొంటు సహ యాత్రికులు లక్ష్యం చేరుకునే వరకు కలిసి నడుస్తారు... ఇన్ని రోజులు మీ స్నేహంలో ఉండే అవకాశం దొరికింది. అదే నా జీవితంలో గొప్ప సౌభాగ్యమనుకుంటాను.'

'కమల...' ఏదో అనబోయాడు చందన్. చెప్పే అవకాశం ఇవ్వకుండ తానే మాట్లాడుతుంది... 'కొద్ది రోజులలో నీ చదువు పూర్తవుతుంది. సమాజోద్ధరణ లక్ష్యం కోసం చేసిన నీ పోరాటం కూడ చాలా ముందు కెళ్ళింది. ప్రజలు కలిసి మెలిసి ఉంటున్నారు. వర్ణం, కులం దాని బంధనాలు తొలగి పోతున్నాయి. ఎక్కువ తక్కువ భావాల నుంచి బయట పడి పరస్పరం గౌరవించుకుంటూ సోదర భావంతో మెలగుతున్నారు. సమాజం పట్ల నీ బాధ్యతను నువ్వు నిర్వర్తించావు. నీ చదువు పూర్తయ్యాక మీ అమ్మ, నాన్నలను, రజనీని చూసుకోవాలని నేననుకుంటాను. వారు కూడ నీ కోసమే ఎదురు చూస్తారు.'

'మరి నువ్వు?... నీ సంగతేమిటి.' చందన్ అడిగాడు.

కమల కొంచెం చలించి పోయింది. ఆమె కళ్ళు చెమర్చాయి . తనని తాను అదుపు చేసుకుంటూ కళ్ళ నీళ్ళను బయట పడ కుండ చూసుకుని అంది. 'నా గురించి నువ్వు ఇంత బాగా ఆలోచిస్తావు. అదే చాలు నాకు. అంతకన్న ఎక్కువ నాకేమి వద్దు. నా దగ్గర కిల్లర్ ఉన్నాడు ... జీవిత ఆలంబనం. వాడితో ఆడుతూ–పాడుతూ నా జీవితం గడచి పోతుంది. కాని రజనీకి నీ ఆలంబన కావాలి. అందుకే నా గురించి కాదు ఆమె గురించి ఆలోచించు బాబు గారు.' దగ్ధ స్వరంతో అంది. అలా ఇంకొద్ది సేపు అక్కడే ఉంటే, ఏదైనా మాట్లాడితే

ఏడ్పు ఆగేది కాదు. అందుకే పని సాకుతో వంటింట్లోకి వెళ్లి పోయింది కమల. చందన్ ఆలోచిస్తూ ఉండి పోయాడు.

ఒక రకంగా కమల అన్న మాటలు అతనిని కుదిపేశాయి. కమల మనసును బాధించానేమోనని అనుకున్నాడు. రజనీని పొగిడి కమలను ఉపేక్షించానేమోనని, అలా చేయకుండ ఉండ వలసిందని అతనికి అనిపించింది. ఇదంతా ఆలోచిస్తూ చాలా రోజుల వరకు అదోలా ఉండి పోయాడు. 'ఆమెను గౌరవిస్తానని, ఆమె ముఖ్యమేనని' ఒక రోజు కమలను కలిసి చెప్పాలనుకున్నాడు. ఒక సారి తను బిజీగా ఉండడం, ఇంకోసారి కమల బిజీగా ఉండడంతో వారిరువురి మధ్య సంభాషణ కుదర లేదు. సంభాషణ కుదిరే లోపే ఆమె వెళ్ళిపోయింది.

ఒక రోజు చందన్ జన సభలో మాట్లాడిన తరువాత వేదిక మీది నుంచి దిగుతున్నాడు. అకస్మాత్తుగ సంఘ విరోధి, దూషిత మనస్తత్వం గల ఒక వ్యక్తి చందన్ ను చంపేయాలని కర్రతో తల మీద బలంగా కొట్టాడు. మిగతా సహచరులతో పాటు కమల కూడ చందన్ తో ఆ సమయంలో పక్కనే ఉంది. చందన్ తల మీద ఆ కర్ర దెబ్బ పడడాన్ని చూసి చిరుత పులిలా ఎగిరి చందన్ ని గట్టిగా తోసేసింది. చందన్ దూరంగా పడి పోయాడు. చందన్ బతికి పోయాడు. కాని ఆ కర్ర మాత్రం కమల తల మీద బలంగా పడింది. ఇది అర్థమయ్యే లోపే కమల కుప్ప కూలి పోయింది.

దాడి చేసిన వ్యక్తిని వెంటనే పట్టుకుని పోలీసులకు అప్ప చెప్పారు. సమాజంలోని అన్ని వర్గాలు ఈ ఘటనను ఖండించాయి. కాని ఈ ఘటన ద్వారా తగిలిన దెబ్బను చందన్ భరించలేక పోయాడు. చాలా రోజుల వరకు కోలుకోలేక పోయాడు. పదే పదే అదే ఆలోచన వచ్చేదతనికి, 'కమల చావుకి నేనే కారణమేమో?'. బయటికి వెళ్లి రావడానికి కూడ మనసొప్పేది కాదు. అలా ఇంకెన్ని రోజులు ఉండేవాడో తెలియదు. అయితే ఒక రోజు హరియానే నచ్చ చెప్పాడు, 'చందన్ బిడ్డ! జరిందేదో జరిగింది. మరచి పో. బాధ పడితే ఏం ప్రయోజనం. నన్ను చూడు. కమల చావుతో నా గుండె మీద ఎంత గట్టి దెబ్బ తగిలింది. అయినా బతికే ఉన్నాను. మనం చచ్చినా కూడ కమల తిరిగి రాలేదు. అలాంటప్పుడు గుండెల మీద మనం ఎలాంటి భారమైన రాయిని పెట్టుకోకూడదు.'

ఈ భూమ్మీద ఎవరు శాశ్వతం కాదని చందన్ కి కూడ తెలుసు. జన్మించిన

వారి మరణం నిశ్చయం. అయితే మరణానికి కూడ వయసు ఉంటుంది కదా. అందునా కమల మరణం సాధారణ మరణం ఏమీ కాదు. సమాజం కోసం , చందన్ కోసం ఆమె అమరత్వం పొందింది.

కమల మరణంతో ఒక పెద్ద సంతాప సభను నిర్వహించాడు చందన్. రజనీకి కూడ కబురు పంపి పిలిపించాడు. సంతాప సభ అనంతరం చాలా సేపటి వరకు వారు మాట్లాడుకున్నారు. మాటలయ్యాక రజనీ అంది చందన్ తో, 'చందన్! నీవు వెలిగించిన సమానత్వం, సామాజిక న్యాయం యొక్క జ్యోతి వెలుతురు వెళ్ళగలిగినంత వరకు వెళ్లింది. సామాజిక జీవనంలో అలుముకున్న అసమానత్వం మరియు అన్యాయపు అంధకారాన్ని నాశనం చేసి సమానత్వం, న్యాయం వెలుగును వ్యాప్తి చేసింది. ఏళ్ల తరబడి నడుస్తున్న వ్యవస్థను ఒక రోజు, ఒక నెల లేదా ఒక సంవత్సరంలో మార్చలేం. సంపూర్ణ మార్పు కోసం చాలా సమయం పడుతుంది. కాని నీ ప్రయత్నం మూలంగా మార్పు యొక్క ప్రక్రియ మొదలైంది. రోజు రోజుకి ఆ ప్రక్రియ వేగవంతమవుతుంది. ప్రజలు తమ ఎదుగుదల, అభివృద్ధి పట్ల చైతన్యవంతులయ్యారు. దళితులకు సమానత్వం, సోదర భావంతో కూడిన హోదా ఇవ్వడం కంటే వేరే ప్రత్యామ్నాయం లేదని సమాజంలోని ఇతర వర్గాల వారికి కూడ అర్థమైపోయింది. నలు వైపులా సమానత్వం, స్వాతంత్ర్య వాతావరణమే వ్యాపించి ఉంది. అడుగడుగునా ప్రేమ, సౌభ్రాతృత్వం ప్రవహిస్తుంది. చందన్ ఇక్కడ నువ్వు నీ బాధ్యతను నెరవేర్చావు. నీ చదువు కూడ పూర్తయ్యింది. ఇప్పుడు నువ్వు గ్రామాల గురించి ఆలోచించాలి. ఇక మాతాపూర్ పోవడమే మంచిది, పదా.'

'సమాజం నిద్ర పోలేదని, మార్పు ప్రక్రియ నడుస్తుందని ఎట్లా నిర్ణయించేది రజనీ.' చందన్ తన అభిప్రాయం చెప్పాడు.

'ఆ పని మాతాపూర్ లో ఉండి కూడ నువ్వు చేయగలవు' రజనీ సలహా ఇచ్చింది.

'నువ్వు అంటున్నది నిజమే. కాని ఒక విషయం ...' ఏదో ఆలోచిస్తూ అన్నాడు చందన్.

'ఏమిటా విషయం చందన్ ..? రజనీ అడిగింది.

చెప్పాలా చెప్పొద్దా , తప్పుగా అర్థం చేసుకుంటుందేమో రజనీ. అని కొద్ది

క్షణాల సేపు ఆలోచించాడు చందన్. కాని ఆమె అలాంటిది కాదు, తప్పుగా ఆలోచించదని అతని మనసు చెబుతుంది.. మనసు చెప్పినట్లు విని విషయాన్ని రజనీకి చెప్పేసాడు, 'కమల పిల్లాడి పరిస్థితి ఏమిటని ఆలోచిస్తున్నాను? ముందు తండ్రిని కోల్పోయాడు. ఇప్పుడు తల్లి కూడ లేదు.'

రజనీ మీద ఎలాంటి ప్రతికూల ప్రభావం పడలేదని చందన్ చూసాడు. ఆమె సహజంగా, సకారాత్మకంగా అంది, 'నా మాట వినాలనుకుంటే ఒక పని చెయ్యి.'

'ఏమిటి?' చందన్ ఉత్సుకతో అడిగాడు.

'కమల కొడుకుని కూడ మనతో పాటు తీసుకు వెళ్దాం. తండ్రి ప్రేమ నువ్వు ఇవ్వు. తల్లీ ప్రేమను నేను పంచుతాను. కిల్లర్ ఇక అనాథ కాదు' అని చందన్ వైపు చూసింది.

'రజనీ...నువ్వు...' అంటూ రజినీని ప్రశ్నార్థకంగా చూసాడు చందన్ .

'అవును చందన్ నేనే...ఏం...నమ్మకం లేదా? తిరిగి ప్రశ్నించింది.

'ఏం మాట్లాడుతున్నావు నువ్వు. ఈ ప్రపంచంలో అందరి కంటే ఎక్కువ నిన్నే నమ్ముతాను. నిన్ను నమ్మక పోవడమంటే నన్ను నేను నమ్మక పోవడమే. చివరికి నువ్వు...నువ్వు... రజనీ...' అతను ఏదో అనాలనుకున్నాడు. కాని మాటలు గొంతులోనే ఉండి పోయాయి.

చందన్ యొక్క మనోభావాన్ని అర్థం చేసుకుంది రజనీ. హర్షిత నయనాలతో ఆమె చందన్ వైపు చూసింది.

'అవును రజనీ...' అంటూ చందన్ ఆమె మొహాన్ని కళ్ళు తిప్పకుండ చూస్తున్నాడు ఏదో చదివే ప్రయత్నం చేస్తున్నట్లు.

ఈ సారి చందన్ తో రజినీ కళ్ళు కూడా కలిశాయి. ఒక చిరునవ్వు ఆమె పెదాల మీద చిగురించింది. కళ్ళు కిందికి తిప్పుకుంది. చందన్ కూడ చిన్నగా నవ్వాడు.

(సమాప్తం)